தென்கச்சி

கதை ராஜாவின் கதை

கோமல் அன்பரசன்

தென்கச்சி
கதை ராஜாவின் கதை

கோமல் அன்பரசன்

சூரியன் பதிப்பகம்

ISBN: 978-93-85118-38-8

Title :
THENKACHI
KATHAI RAJAVIN KATHAI
© KOMAL ANBARASAN

சூரியன் பதிப்பகம்
வெளியீடு: 100

நூல் தலைப்பு:
தென்கச்சி
கதை ராஜாவின் கதை

நூல் ஆசிரியர்:
© **கோமல் அன்பரசன்**

அட்டை ஓவியம்:
மணியம் செல்வன்

முதற்பதிப்பு:
செப்டம்பர் 2015

மூன்றாம் பதிப்பு:
நவம்பர் 2017

விலை:
ரூ.150/-

சூரியன் பதிப்பகம்

229, கச்சேரி ரோடு, மயிலாப்பூர்,
சென்னை–600004.
விற்பனைப் பிரிவு தொலைபேசி :
044–4220 9191 **Extn:** 21125
மொபைல்: 72990 27361
இமெயில் : **kalbooks@dinakaran.com**

பதிப்பாளர் மற்றும் ஆசிரியர் : **ஆர்.எம்.ஆர்.ரமேஷ்**
சீஃப் டிசைனர் : **பி.வேதா**

சர்க்கரை தடவிய மருந்து

கதைகளின் வழியே நீதியையும் அறத்தையும் குழந்தைகளுக்குப் போதித்த மரபு நம்முடையது. நீதிக்கதைகள் என அதற்குப் பெயர் உண்டு. உதாரணங்களாக மனிதர்களையும் விலங்குகளையும் காட்டி, 'நல்லவன் வாழ்வான்' என்ற நம்பிக்கையைக் காலம் காலமாகப் பிள்ளைகளின் மனதில் விதைத்து வந்திருக்கிறோம். எதைச் செய்ய வேண்டும், எதைத் தவிர்க்க வேண்டும் என்பதை வறட்டு அறிவுரைகளாக நம் பிள்ளைகளுக்கு கற்றுக்கொடுத்ததில்லை. 'இப்படிச் செய்தவன் இப்படி ஆனான்' எனக் கதைகளைச் சொல்லி உணர்த்திவந்தோம். சர்க்கரை தடவிய மருந்தாக அவை இருந்தன!

குழந்தைகளுக்கான கதை நூல்கள், பள்ளிகளில் நீதிபோதனை வகுப்பு என அந்தப் பாரம்பரிய மரபு இங்கு தொடர்ந்து வந்திருக்கிறது. நம் பள்ளிகள் வெறும் கல்வியை மட்டும் போதிக்கும் இடமாக இருந்ததில்லை. சமூகத்துடன் பழகுவதையும் சமூக ஒழுக்கத்தையும் பள்ளிகளில்தான் பிள்ளைகள் பெற்றனர். ஆனால் மதிப்பெண்களை நோக்கிய ஓட்டத்தில் இந்தத் தலைமுறை பிள்ளைகளுக்கு இவை மறுக்கப்படுகின்றன. அதனால்தான் ஒரு சமூகச் சிக்கலை எதிர் கொள்ள நேரும்போது, மந்தையிலிருந்து வழி தவறிய ஆடு போலப் பலரும் திகைத்து நிற்கிறார்கள்.

இந்தத் தலைமுறைக்கு எங்கும் கிடைக்காத இந்த அறநெறியை தென் கச்சி சுவாமிநாதன் தன் வாழ்நாள் முழுக்க கதைகளின் வழியே தந்து கொண்டிருந்தார். அந்த வகையில் அவர் தனித்துவமானவர். அவரைப் பற்றிய இந்த நூலும் தனித்துவமானது. தென்கச்சி சொன்ன கதைகளின் வழியே அவரது வாழ்க்கையைத் தந்திருக்கிறார் கோமல் அன்பரசன். அரிய புகைப்படங்கள், தென்கச்சி தன் கைப்பட எழுதி வைத்திருந்த கதைகள், பொன்மொழிகள் என எல்லாவற்றையும் தொகுத்துத் தந்திருக்கிறார் கோமல் அன்பரசன். இது சூரியன் பதிப்பகத்தின் நூறாவது வெளியீடாக வந்திருப்பது, அந்தக் கதை ராஜாவுக்கு நாம் சேர்க்கும் பெருமை!

- ஆசிரியர்

நிரம்பி வழியும் புன்னகையும் நீங்களும்...

"நுரையீரலில் ஆக்சிஜன் அதிகம் நிரம்பும். உடலில் ரத்தம் வேகமாக பாயும். ஈரல் மற்றும் வயிற்றுத் தசைகளைத் தட்டி எழுப்பும். உடற்பயிற்சியில் கிடைப்பதைப் போன்ற பலன் தசைகளுக்கு கிடைக்கும். ரத்தத்தில் சக்தியைக் கொடுக்கிற சர்க்கரை அதிகம் உண்டாகும்" - என்ன செய்தால் இதெல்லாம் நடக்கும்? சிரித்தால் இதெல்லாம் ஒரே நேரத்தில் நம் உடலுக்குள் நிகழும் என்று மருத்துவ உலகம் சொல்கிறது.

எல்லாம் சரிதான்... சிரிக்க வேண்டுமே?! இருக்கிற பிரச்சினைகளில் நாமாக எங்கிருந்து சிரிப்பது என்று நம்மில் பலர் நினைக்கிறோம். சிரிக்க வைப்பதற்கு யாராவது வேண்டும் என ஏங்குகிறோம். அப்படியென்றால் சிரிக்க வைப்பது பெரிய சவால்தானே? அதிலும் சிரிப்போடு சிந்திக்கவும் வைப்பது அதைவிடக் கடினம். இந்த இரண்டையும் கச்சிதமாக செய்தவர் தென்கச்சி கோ.சுவாமிநாதன். சாப்பாட்டைப் பொறுத்தமட்டில் இன்னும் கொஞ்சம் சாப்பிடத் தோணும்போதே நிறுத்திவிட்டு, எழுந்துவிட வேண்டும் என்பது அனுபவ மொழி. அப்படித்தான் 'இன்னும் கொஞ்ச நேரம் பேச மாட்டாரா' என ஏங்கும்போது கதையை முடித்து, சிரிக்கவும் சிந்திக்கவும் வைத்தவர் தென்கச்சி.

கதைசொல்லியாக, சபைகளைக் கவர்ந்த பேச்சாளராக, எழுதிக் குவித்த எழுத்தாளராக எல்லாவற்றும் மேலாக மனிதநேயமிக்கவராகத் திகழ்ந்த தென்கச்சியைச் சுற்றிலும் இருக்கும் கதைகள் அத்தனை சுவாரசியமானவை. வழக்கமான வாழ்க்கை வரலாற்றுப் புத்தகமாக அல்லாமல், அத்தகைய ருசிகரமான கதைகளின் வழியாக இந்த நூல் பயணிக்கிறது. ஒவ்வோர் அத்தியாயமும் தென்கச்சி சொன்ன ஒரு கதையோடுதான் தொடங்குகிறது.

அதோடின்றி, அவர் கைப்பட எழுதிய டைரியில் இருக்கும் சில அற்புதமான செய்திகள் அப்படியே பிரதி எடுத்து புத்தகத்தின் இறுதியில் வைக்கப்பட்டுள்ளன. வானொலியிலும் சன் டி.வி.யிலும் அவரது கதைகளுக்கென இருந்த நேயர்களை மட்டுமின்றி படிக்கும் அனைவரையும் நிச்சயம் இந்நூல் கவரும் என்று நம்புகிறேன்.

இதையெல்லாம் தாண்டி, பேச்சும், எழுத்தும் பெருந்தொழிலாக, வெறும் தொழிலாக மாறிவிட்ட இன்றைய நிலையில், அதனை

சமூகக்கடமையாக செய்த தென்கச்சி சுவாமிநாதன் பற்றிய பதிவு அவசியம் அடுத்த தலைமுறைக்குத் தெரிய வேண்டும் என்பதற்காகவே இந்த நூல். ஏனெனில், 'இப்படியொரு மனிதர், ரத்தமும் சதையுமாக நம்மிடையே வாழ்ந்தார்' என்பதை இன்னும் சில ஆண்டுகளில் நம்புவதற்கே கடினமாக இருக்கும். அந்தளவுக்கு சொல்லுக்கும் செயலுக்கும் வித்தியாசமில்லாமல் திகழ்ந்தவரின் வாழ்வை இந்தப் புத்தகம் பேசுகிறது.

தென்கச்சியின் பெயரைச் சொன்னதும் அவரைப் பற்றி மகிழ்ச்சியும் நெகிழ்ச்சியுமாக பேசியவர்கள் இன்னும் என் கண்களைவிட்டு அகல வில்லை; அவர்களின் குரல்கள் காதுகளில் ஒலித்தபடியே இருக்கின்றன. அவரைப் பற்றி முன்பே அறிந்திருந்தாலும் கூட, எல்லோராலும் கொண்டாடப்படும் மனிதராக எப்படியொரு வாழ்க்கை வாழ்ந்திருக்கிறார் என்று வியந்து வியந்து போகிறேன். புத்தகத்தைப் புரட்டிப் படிக்கும்போது நீங்களும் அத்தகைய உணர்வுக்கு ஆட்படுவீர்கள் என்பது உறுதி.

நூலுக்கான முதல் உந்துசக்தியாக இருந்த அன்பிற்கினிய சகோதரர் 'ஆனந்தம்' எஸ்.செல்வக்குமார் என்றைக்கும் என் நன்றிக் குரியவர். அதைப் போலவே இந்நூல் உருவாக்கத்திற்கு முழு ஒத்துழைப்பு அளித்த தென்கச்சியின் மருமகன் கஞ்சனூர் தமிழரசன் மற்றும் குடும்பத்தார், அவரது உற்ற நண்பர்கள் பொறியாளர் வீரபத்ரன், ஆசிரியர் கோபாலன் உள்ளிட்டோரின் பங்களிப்பு முக்கியமானது.

தகவல்களைத் திரட்டுவதில் நண்பர் மூத்த பத்திரிகையாளர் இர.சுபாஷ் சந்திரபோஸ் எனக்குப் பெரிதும் உறுதுணையாக இருந்தார். இதுபோல இந்நூல் வருவதில் பெரும் ஆர்வம் காட்டி, எனக்குப் பக்க பலமாக இருந்த நண்பர் 'அன்னை பிரிண்டர்ஸ்' எம்.சிவகுமார், அன்புத் தம்பிகள் அகஸ்டின் விஜய், சிவச்சந்திரன், வினோத்குமார், கவிமோகன் ஆகியோர் எப்போதும் அன்புக்குரியவர்கள்.

சிறந்த முறையில் இந்நூலினை வெளிக்கொண்டு வந்திருக்கும் சூரியன் பதிப்பகத்திற்கும் அதன் முதன்மை ஆசிரியர் மதிப்புக்குரிய தி.முருகன் மற்றும் பத்திரிகையாளர் வெ. நீலகண்டன் காட்டிய அன்புக்கும் அக்கறைக்கும் நன்றியுடையவனாகிறேன். அற்புதமான அட்டைப் படம் தந்து புத்தகத்தை அழகாக்கிய தெய்வீகத் தூரிகையின் சொந்தக்காரர் ஓவியர் மணியம் செல்வனுக்கு நன்றிகள்.

என்னுடைய எல்லாப் பணிகளிலும் தோள் கொடுத்து, என் எழுத்தின் முதல் வாசகர்களாக இருக்கும் தம்பி கருணாநிதி, மனைவி காயத்ரி, எப்போதும் எனக்கு பலமாக இருக்கும் பெற்றோர் ஆர்.கண்ணையன் - கோமதி ஆகியோர் இப்புத்தக உருவாக்கத்திற்கும் மகிழ்ச்சியோடு கை கொடுத்தனர். இவர்களோடு, இந்தப் புத்தகத்தைப் படிக்கத் தொடங்கியிருக்கும் உங்களுக்கும் ஆயிரமாயிரம் நன்றிகள். வாருங்கள் தென்கச்சி கதை படிப்போம்... மனசை லேசாக்குவோம்! வாழ்வை மகிழ்வாக்குவோம்.

பேரன்புடன்...

கோமல் அன்பரசன்

மின்னஞ்சல்: *komalrkanbarasan@gmail.com*

சமர்ப்பணம்

‘தென்கச்சியாரின் செல்லப்பிள்ளை’
என் அன்புச் சகோதரர்
‘ஆனந்தம்’ செல்வக்குமார்
அவர்களுக்கு...

1 குபீர் சிரிப்பும் குட்டிக்கதைகளும்!

ஒருத்தன் தற்கொலை செஞ்சுக்கிடறதுக்காக போனான். ரெயில் தண்டவாளத்துல தலைவச்சு படுத்தான். ரெயில் வரலை.

பக்கத்துல ஏதோ ஒரு மீட்டிங்கில, யாரோ ஒருத்தர் பேசுற சத்தம் கேட்குது. சரி... ரெயில் வர்ற வரைக்கும் அவரோட பேச்சைக் கேட்போம்னு வர்றான்.

அந்தப் பேச்சை ஆழ்ந்து கேட்ட பிறகு, அவன் ஒரு முடிவுக்கு வர்றான். எக்காரணம் கொண்டும் 'இனிமே நாம சாகக்கூடாது.'

பேச்சாளரும் கீழே இறங்கி வந்து "தம்பி, உங்கள நான் பார்த்துகிட்டுதான் இருந்தேன். என் பேச்சை நீங்கதான் அதிகமா கூர்ந்து கவனிச்சீங்க" என்றார்.

அவனும் சொன்னான்... "ஆமா அய்யா... நான் தற்கொலை செய்யறதுக்காக கிளம்பி வந்தேன். உங்க பேச்சை கேட்டதும் எனக்கு அந்த எண்ணத்துல மாற்றம் ஏற்பட்டு, இனிமே வாழுறதுன்னு முடிவு பண்ணிட்டேன்" என்றான்.

பேச்சாளருக்கோ பெரும் மகிழ்ச்சி. என் பேச்சு ஒரு தற்கொலையைத் தடுத்து நிறுத்தியிருக்கிறதா?

"தம்பி... எந்த இடத்துல நீங்க அப்படியொரு முடிவுக்கு வந்தீங்க?" என்றார்.

"சார்... உங்க பேச்சு முடியும்போதுதான். ஆயிரக்கணக்கான பேரை பேசியே கொல்லுகிற நீங்களே உயிரோட இருக்கும்போது, நான் ஏன் உயிரோட இருக்கக் கூடாது? என்ற எண்ணம் வந்தது" என்றான்.

ஒரு பேச்சாளரின் கதையை இப்படிச் சொன்ன தென்கச்சி சுவாமிநாதன், இன்னும் கொஞ்ச நேரம் பேச மாட்டாரா என தமிழர்களை ஏங்க வைத்தவர். தொலைக்காட்சி, இணையத்தால் மெல்ல மறைந்துகொண்டிருந்த தமிழர்களின் பாரம்பரியமான 'கதை சொல்லும் கலை'க்குச், சத்தமில்லாமல் உயிர் கொடுத்து உலவ விட்டவர் தென்கச்சி.

'ஒரு ஊர்ல ஒரு ராசாவாம்!' என்று பாட்டிகளிடம் அக்கம் பக்கத்து குழந்தைகள் புடைசூழ நீதிக்கதைகள் கேட்டதெல்லாம் ஒரு காலம். திடீரென 'நேரமாச்சு' என்று சொல்லி, அந்தப் பாட்டி 'தொடரும்' போட்டுவிடுவார். அடுத்த நாள் மாலை வரையில் காத்திருந்து மீதிக் கதையைக் கேட்பதில் அன்றைய குழந்தைகளுக்கு அவ்வளவு ஆர்வமிருக்கும். அன்றைக்கு 'பரமார்த்த குருவும், ஐந்து சீடர்களும்' கதை கேட்காத மாணாக்கர்கள் உண்டா? தெனாலிராமனின் சேட்டைகளையும், முல்லா வேடிக்கைக் கதைகளையும் படிக்காத சிறுவர்கள் உண்டா? விடிய, விடிய மக்கள் கூட்டத்துக்கு மத்தியில் ராமாயண, மகாபாரதக் கதைகள் வில்லுப்பாட்டாகவும் கதாகலட்சேபமாகவும் ஓடிய காலம், ஒரு கட்டத்தில் மாறத் தொடங்கியது. பாட்டிகளின் மறைவுக்குப் பின்னர் வந்த அம்மாக்களுக்கு கதை சொல்ல நேரமும் இல்லை. கதைகளும் ஞாபகத்தில் இல்லை.

'படி... படி... படி...' என்ற பரவசத்திற்கு ஆளானார்கள். தமிழ் பேரன், பேத்திகள், பி.ஏ.., பி.ஈ க்கள் ஆயினர். எம்.ஏ., எம்.சி.ஏ.க்கள் ஆயினர். இளைய தலைமுறையினர் பணம் சம்பாதிக்கும் இலக்கையே வாழ்க்கை என்று எடுத்துக்கொள்ளத் தொடங்கிவிட்டார்கள். 'நீதிக் கதைகளின் தலைவிதி அவ்வளவுதானா?' என எல்லோரும் கதைகளை விட்டு விலகி, இணையதளப் பாதையில் வேகமாகப் போய்க்கொண்டிருந்த சமயம். 'ஒரு ஊர்ல ஓர் ராசாவாம்' என்று திரும்ப அழைத்தார் தென்கச்சி சுவாமிநாதன். ஆம், அகில இந்திய வானொலியில் தினமும் காலை 7.35 மணிக்கு கதை சொல்லத் தொடங்கினார் தென்கச்சி.

அந்த ஐந்து நிமிடக் கதைக்குத் தலைப்பு, 'இன்று ஒரு தகவல்'. ஒட்டுமொத்த தமிழகமும் 'போட்டது போட்டபடி' காலையில் கதை கேட்கும் அதிசயம் நிகழ்ந்தது. வானொலியை மறந்து போனவர்களும், 'இன்று ஒரு தகவலை' தவறவிட்டுவிடக்கூடாது என காலை நேரத்தில் தவித்தனர்.

14 ஆண்டுகள் வானொலியிலும் பிறகு 8 ஆண்டுகள் சன் டி.வி.யிலும் கதைகளை நாள் தவறாமல் அவர் சொல்லியிருக்கிறார். இதுவோர் அசாத்திய சாதனை. அவர் சொன்ன கதைகள் பல ஆயிரங்களைத் தாண்டும். அத்தனையும் கேட்போருக்குப் புதிது. வெறும் கதைகளோடு நிற்கவில்லை தென்கச்சி. கதையோடு கருத்தும் சொல்லி, சிரிக்கவும் வைத்தார். குறும்பும் நகைச்சுவையும் கொப்பளிக்க, கூடவே வாழ்க்கைக்குத் தேவையான கருத்துகள் அந்தக் குட்டிக்கதைகளில் கொட்டிக்கிடந்தன.

வழக்கமாக கதைகள் குழந்தைகளுக்குப் பிடிக்கும். ஆனால், தென்கச்சி சொன்ன கதைகளை, பேருந்து படிக்கட்டில் பயணிக்கும் இளைஞர்களில் இருந்து பல்லுப் போன தாத்தா

▸ சின்னஞ்சிறு வயதில் தென்கச்சி

பாட்டிகள் வரை வாயில் விரல் வைத்துக் கேட்டார்கள். அந்தள வுக்கு எல்லோருக்குமே பிடித்துப் போனது அவர் தந்த 'அறுசுவை விருந்து'. தென்கச்சியின் கதைகளைக் கேட்டு சிரிக்காதவர்கள் இருக்க முடியாது. அவரின் நகைச்சுவை 'பஞ்ச்' கடைசி வரிகளில்

தான் இருக்கும். அதைக் கேட்டவுடன் குபீரென சிரிப்பு வரும். சிரித்து முடித்த பிறகு கொஞ்சம் சிந்திக்கத் தூண்டும். அதனால் தான் அவர் மறைந்து இத்தனை ஆண்டுகள் ஆன பின்னும், அவரது 'இன்று ஒரு தகவலை' மீண்டும் ஒலிபரப்பத் தொடங்கி இருக்கிறது அகில இந்திய வானொலி. அவரது கதைகளை பத்திரிகைகள் மறுபிரசுரம் செய்கின்றன.

வானொலிக்குப் பிறகு சன் டி.வி.யில் கதை சொன்னபோது அதுவரை தென்கச்சியின் குரலை மட்டும் கேட்டிருந்த மக்களுக்கு முகமும் பரிச்சயமானது. பக்கத்து வீட்டுக்காரர் ஒருவர் நம் வீட்டுத்திண்ணையில் உட்கார்ந்துகொண்டு பேசுவது போன்ற எளிமையோடு தென்கச்சி பேசியது எல்லாரையும் இன்னும் அதிகமாக ஈர்த்தது.

"ராமகிருஷ்ண பரமஹம்சருக்குப் பிறகு கதைகளால் மிகப் பெரிய தாக்கத்தை ஏற்படுத்தியவர் தென்கச்சி" என்கிறார்கள் விமர்சகர்கள். இன்னும் சொல்லப்போனால் ஆன்மிகத்திற்கு அப்பாலும் ஆயிரமாயிரம் கதைகளைச் சொன்னவர். உலகத்தின் ஏதோ ஒரு மூலையில் நடக்கும் விநோத ஆய்வுகளில் தொடங்கி, எப்படி சாப்பிடலாம், எவற்றைச் சாப்பிடலாம், எவ்வாறு தூங்க வேண்டும் என அன்றாடம் தேவையான அரிய தகவல்களையும் தந்தார். கணவன் - மனைவி ஒற்றுமைக்கான 'டிப்ஸ்'களையும் கொடுத்தார். பிள்ளைகளை வளர்ப்பதற்கும், பிரச்சினைகளைத் தவிர்த்து மகிழ்ச்சியான, அமைதியான வாழ்க்கை வாழ்வதற்கும் தேவையான அத்தனை செய்திகளையும் நகைச்சுவை தேன் பூசிய கதைகளாக வழங்கினார்.

ஆயிரக்கணக்கான கதைகளில் தென்கச்சி தொடாத அம்சங்களே இல்லை எனும் அளவுக்கு மக்களுக்குத் தந்திருக்கி றார். அதிலும் அவையெல்லாம் வெறும் கதைகளாக மட்டுமின்றி, நடைமுறைக்குச் சாத்தியமானவையாக, ஆக்கப்பூர்வமானவை யாக, அதே நேரத்தில் எளியோருக்கும் புரிகிற மொழியில் இருந்தன. அதனால்தான் கிராமத்து டீக்கடைகளிலும் கூரை வீடுகளிலும் தென்கச்சி கதைகள் விரும்பி கேட்கப்பட்டன. நகரத்து மாடி வீடுகளிலும் பெருநகரத்து 'கிளப்'களிலும் கூட ஆர்வமோடு கேட்டார்கள். ஒரே வரியில் சொல்வதனால் ஏழைக்கும் நடுத்தர வர்க்கத்திற்கும் பணக்காரர்களுக்கும் ஒருசேர தென்கச்சியையும் அவரது கணீர் குரல் கதைகளையும் பிடித்துப் போனது.

வானொலி, தொலைக்காட்சி கதைகளுக்கு அப்பால், ஏராளமாக எழுதிக் குவித்தார். 'இன்று ஒரு தகவல்' பல தொகுப் புகளாக வெளிவந்ததைத் தாண்டி, விதவிதமான புத்தகங்களை எழுதினார். நகைச்சுவையையும் மகிழ்ச்சியாக வாழ்வதையும் மிக எளிமையாக அந்தப் புத்தகங்கள் சொல்லித் தந்தன. எல்லா

தென்கச்சியாரின் பழைய குடும்பப்படம்

பத்திரிகைகளும் தென்கச்சியின் படைப்புகளைக் கேட்டு வாங்கி பிரசுரித்தன.

இன்னொரு பக்கம் மேடைப்பேச்சு. தமிழகத்தில் மட்டுமின்றி உலகில் தமிழர்கள் வசிக்கின்ற நாடுகளில் எல்லாம் இவரது வருகைக்காக மேடைகள் காத்திருந்தன. எல்லா அரங்கங்களையும் தன்னுடைய தனித்துவமான குரலினாலும் கருத்துச் செறிந்த நகைச்சுவைகளாலும் நிரப்பிய தென்கச்சி, எந்த மேடையில் ஏறுவதற்கும் பேரம் பேசியதில்லை. எழுதித் தள்ளியவற்றுக்கெல்லாம் கணக்கு பார்த்து பணம் கேட்டதில்லை. 'நான்கு பேருக்கு நன்மை தரும் நல்ல கருத்துகளைப் பேசுவதும் எழுவதும் எனக்கு கிடைத்த வாய்ப்பு. அவ்வளவுதான். இதில் பெரிதாக நான் என்ன செய்துவிட்டேன்?' என புகழை மிக எளிதாக கடந்து சென்றார். புகழ்மொழிகளை மூளைக்குக் கொண்டு செல்லாமல், எளிமையாலும் இனிமையாலும் எல்லோரையும் கவர்ந்தார்.

வெறுமனே கதைகளைச் சொன்னதோடு, எழுதியதோடு மட்டும் நிற்கவில்லை தென்கச்சி. தன்னைச்சுற்றிலும், தன் வாழ்க்கையைச்சுற்றிலும் ருசிகரமான பல நூறு கதைகளோடு வாழ்ந்திருக்கிறார். அவரது உறவினர்கள் , நண்பர்கள் எல்லாரிடமும் அவர் பெயரைச் சொன்னாலே ஏராளமான கதைகள் வந்து விழுகின்றன. அது மட்டுமின்றி அவரது அற்புதமான வாழ்க்கை பற்றி சிலாகித்து பேசாதாவர்களே இல்லை.

அந்தச் சுவாரசியக் கதைகள் என்ன? கதைகளின் ராஜாவாக திகழ்ந்த தென்கச்சியைச் சுற்றி கொட்டிக்கிடக்கும் கதைகள் இவ்வளவா?

2 ஆசிரியரின் காது மாணவனிடம்...

மரப்பலகையில் ஆணி அடிக்கிறேன்னு சொல்லிட்டு, ஒரு தொழிலாளி கையில் அடிச்சுக்கிட்டான். ரத்தம் வழியிற நிலையில் மருத்துவமனைக்கு ஓடினான்.

எதிர்பட்ட நர்சுகிட்ட நிலைமையைச் சொல்லி கையையும் காட்டி னான். நர்சும் அவனை உட்கார வைச்சு, "கொஞ்ச நேரம் பொறுங்க" அப்படின்னுட்டு வாயில தெர்மா மீட்டரைக் கொடுத்துச்சாம்!

இவனுக்கு ஆச்சர்யம்? என்னடா கையில ரத்தம்னு வந்தா... இந்தம்மா தெர்மா மீட்டரை வாயில குடுக்கிறாங்களேன்னு!

அப்புறமா பார்த்தா, இவனைச் சுற்றிலும் கிட்டத்தட்ட 15 பேர் இவனை மாதிரியே தெர்மா மீட்டரை வாயில வச்சுக்கிட்டு இருக்கிறாங்க!

அவ்வளவுதான் இவனுக்கு கோபம் வந்துடுச்சு. வாயில உள்ள தெர்மா மீட்டரை எடுத்துட்டு சத்தம் போட ஆரம்பிச்சுட்டான்.

"என்னய்யா ஆஸ்பத்திரி இது? அறிவே இல்லையா? கையில ஆணி அடிச்சுட்டு வந்தா நீ வாயில தெர்மா மீட்டரை வைக்கிறே?"

அப்ப, பக்கத்துல இருக்கிறவர் தனது வாயில இருக்கிற தெர்மா மீட்டரை எடுத்துட்டு இவன்கிட்ட சொல்லியிருக்கிறார்.

"தம்பீ, எந்த சூழ்நிலையிலும் கோபப்படாதே. அமைதியாகவும், பொறுமை யாகவும் இருக்கப்பழகிக்கொள். சகிப்புத்தன்மை ரொம்ப முக்கியம்" அப்படின்னு சொல்லியிருக்கிறார்.

இதன் பிறகும் அவன் கோபம் தணியாமல் கேட்டான்... "யோவ் நீ எதுக்குய்யா இங்க வந்தே?"

அவர் சொன்னார்... "தம்பி, தபால் கொடுக்க வந்தவன் நான். எனக்கே தெர்மா மீட்டர் குடுத்திருக்காங்கன்னா, நீ எவ்வளவு அமைதியா இருக்கணும்னு புரியுதா?"

கதையில் வரும் தபால்காரரைப் போலவே வாழ்க்கை முழுதும் பொறுமையும் நிதானமும் மிக்க மனிதராக வலம் வந்த தென்கச்சியின் குடும்பப் பின்னணி அவரது கதைகளைப் போலவே சுவாரசியமானது. காஞ்சிபுரத்தை ஆண்ட பல்லவ மன்னவர்களிடம் படை வீரர்களாக இருந்தவர்கள், கொள்ளிடக் கரையோர கிராமம் ஒன்றில் சென்று குடியேறி 'தென்காஞ்சிபுரம்' என்று பெயர் வைத்தார்கள். அதுதான் காலப்போக்கில் 'தென்கச்சி' ஆனது. முழுப் பெயர் தென்கச்சி பெருமாள் நத்தம். இன்றைய அரியலூர் மாவட்டம், உடையார் பாளையம் வட்டம், தா.பழூர் அருகே இருக்கும் இந்த ஊரில் ஒரு காலத்தில் கொடி கட்டி பறந்தவர் கோவிந்தசாமி.

100 ஏக்கர் நிலத்துக்கு சொந்தக்காரர். அந்த ஊரிலேயே 2 மிகப் பெரிய வீடுகள் அவருக்குத்தான் சொந்தம். இரட்டைக் காளைகள் பூட்டிய வண்டிகளில் அவர் வலம் வந்தார். 20 பசுமாடுகளும், 20 காளைமாடுகளும் அவரது தொழுவத்தில் நின்றன. அவரது பண்ணையில் 50 பேர் வேலை பார்த்தார்கள். எல்லோருக்குமே அவரது வீட்டில்தான் சாப்பாடு.

ஊர்த்தலைவர் என்கிற நாட்டாரும் அவர்தான்! அந்தக் காலத்தில் எம்.எல்.ஏவுக்கு நிகரான பதவியாகக் கருதப்படும் ஜில்லா போர்டு உறுப்பினராகவும் இருந்தார். மொத்தத்தில் ஊரே மதித்த பெரிய மனிதர். கோவிந்தசாமிக்கு 2 மனைவியர், ஒருவர் பாலாயி, மற்றொருவர் கோவிந்தம்மாள். பாலாயிக்கு குருநாதன் என்ற மகனும், காசியம்மாள், ராமாமிர்தம்,மனோன்மணி, ராஜம் என 4 மகள்களும். கோவிந்தம்மாளுக்கு சுவாமிநாதன், வில்வநாதன் என 2 மகன்களும் செந்தமிழ்ச்செல்வி என ஒரு மகளும்.

தென்கச்சியிலுள்ள தென்கச்சியாரின் பூர்வீக வீடு

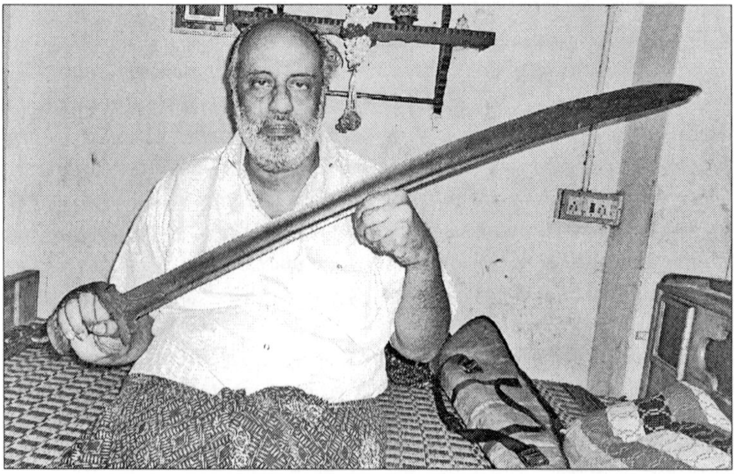

தென்கச்சியாரின் முன்னோர்கள் பயன்படுத்திய வாளுடன் அவரது சித்தப்பா மகன் பாலு

இவர்களில் 1942ம் ஆண்டு ஜுன் மாதம் 27ம் தேதி பிறந்த சுவாமிநாதனே, நம்முடைய தென்கச்சி சுவாமிநாதன். இவர் மீது அவருடைய அப்பாவுக்கு தனிப் பிரியம். சுவாமிநாதன் பிறக்கும் வரை தென்கச்சி பெருமாள் நத்தத்தில் யாரும் 5ம் வகுப்பைத் தாண்டியதில்லை! ‘எப்படியும் சுவாமிநாதனை, டிகிரி வரைக்கும் படிக்க வச்சுப்புடணும்’ என்பது கோவிந்தசாமியின் ஆசை! சுவாமிநாதனும் அரைக்கால் சட்டையுடன் உள்ளூரில் உள்ள ஆரம்பப் பள்ளிக்கூடத்துக்கு கிளம்பினார். அதுவும் இந்தியா வுக்குச் சுதந்திரம் கிடைத்த 1947 ஆகஸ்ட் 15ம் தேதிதான் அவர் பள்ளியில் சேர்ந்த நாள்.

பொறுமையின் வடிவமாக பிற்காலத்தில் திகழ்ந்த சுவாமிநாதன், பள்ளிப்பருவ நாட்களைப் பற்றி பின்னாளில் குறும்பு கொப்பளிக்க சொல்லியிருக்கிறார்.

“எங்கள் முன்னோர் பயன்படுத்திய கத்தி, கேடயங்கள் இப்போதும் எங்கள் வீட்டில் உண்டு... ஆயுத பூசை சமயத்தில் அதை எல்லாம் எடுத்து வழிபாடு செய்வது வழக்கம். குழந்தைப் பருவத்திலிருந்தே ஒவ்வோர் ஆண்டும் அந்த ஆயுதங்களைத் தொட்டு வணங்கச் சொல்வார்கள்.

அப்போதெல்லாம் வலை இல்லாமல் மீன் பிடிக்கிற கலை யில் நாங்கள் வல்லவர்கள். அதற்காக வீட்டிலுள்ள கத்திகளை எடுத்துக் கொண்டு இரவு 10 மணிக்கு மேல் புறப்படுவோம். ஒருவன் கையில் கத்தி இருக்கும். ஒரு சிறுவன் தலையில் பெட்ரோமாக்ஸ்

விளக்கு இருக்கும். நேராக கொள்ளிடம் போய் ஆற்றுக்குள் இறங்கி நடப்போம்.

விளக்கு வெளிச்சத்தில் எதிரே வருகிற மீன்கள், கண்கள் பூத்துப் போய் அப்படியே நின்றுவிடும். வாள் வைத்திருப்பவர் அதனை வெட்டுவார். கூடை வைத்திருப்பவர் அதன் மேல் கவிழ்ப்பார். மேல்புறம் இருக்கிற வளையம் வழியாக கையை விட்டு மீன் துண்டுகளை வெளியே எடுப்பார். தன் தோளில் வைத்தி ருக்கிற சாக்குப்பையில் போட்டுக்கொள்வார். அவ்வளவுதான்.

இதில் வாள் வைத்திருப்பவர் மிகவும் புத்திசாலியாக இருப்பார். கூடை வைத்திருப்பவர் அவ்வளவு புத்திசாலியாக இருக்க வேண் டிய அவசியம் இல்லை. பெட்ரோமாக்ஸ் விளக்கை தலையில் சுமக்கிறவர் சுத்த மக்காக இருக்க வேண்டும். அவர் சுயமாக சிந்திக்க கூடாது. இதில் எனக்கு பெட்ரோமாக்ஸ் பிடிக்கிற வேலையைத்தான் கொடுப்பார்கள்" என்கிறார்.

"சின்ன வயசுல சுவாமிநாதனும் இன்னும் நண்பர்களுமாகச் சேர்ந்து கொள்ளிடம் ஆற்றில் 'டைவ்' அடிச்சு குளிச்ச நாளை மறக்க முடியாது" என்கிறார் அவரின் சகோதரர்களில் ஒருவரான பன்னீர் செல்வம்.

வெளியில் சுவாமிநாதன் இப்படி என்றால் பள்ளிக்கூடத்தில் எப்படி? அவரது பள்ளித் தோழரும், பிற்காலத்தில் திரைப்படங் களுக்கு கதை - வசனம் எழுதியவருமான பாரதிசாமி சொல்கிறார்.

"நாங்க பள்ளியில படிக்கும் காலத்தில் ஒரு முறை ஆசிரியர் கரும்பலகையில் 'உண்டி முகத்தே உலகு' அப்படின்னு எழுதிப் போட்டிருந்தார்.

அதுக்கு கீழே 'பொங்கல் பண்டிகையே மனித வாழ்வு'ன்னு சுவாமிநாதன் எழுதி வைச்சான். வாத்தியார் வந்ததும் பிரம்பை எடுத்துக்கிட்டு, எல்லோரும் எந்திரிங்கடான்னுட்டார். 'உண்மையைச் சொல்லிடுவோம். இல்லைன்னா எல்லாருக்கும் அடி விழும்'னு அவன் உண்மையை ஒத்துக்கிட்டான். ஆனா ஆசிரியர் அடிக்கல... அவனைக் கூப்பிட்டு 'எதிர்காலத்துல நீ பெரிய ஆளா வருவே'ன்னார்" என்கிறார் பாரதிசாமி.

பள்ளியிலும், வெளியிலும், மட்டுமல்ல! வீட்டிலும் சேட்டை கள்தான். சுவாமிநாதனின் உடன்பிறந்த சகோதரர் வில்வநாதன் சொல்கிறார். "சின்ன வயசுல எண்ணெய் தேய்ச்சு குளிக்கிறதுக்கு ரொம்பவே பாடாய்ப் படுத்துவார். 'நாலு மாம்பழம் தந்தாத்தான் குளிப்பேன்' என்பார். வேற என்ன பண்றது? நாலு மாம்பழம் கொடுத்து குளிக்க வைப்பார்கள்".

சுவாமிநாதன் எப்போதும் அம்மா பக்கம்தான்! அப்பாவைக் கண்டால் பயம். அதிகம் பேச மாட்டார். தனக்கு தேவை எல்லாம் அம்மா வழியாகத்தான்.

ஒரு வழியாக 5ம் வகுப்பில் தேர்ச்சி பெற்றார் சுவாமிநாதன்.அதற்கு மேல் படிக்க உள்ளூரில் வழியில்லை. கும்ப கோணத்திற்கும், மயிலாடுதுறைக் கும் இடையே உள்ள ஆடுதுறையில் இருக்கும் குமரகுருபரர் உயர்நிலைப் பள்ளியில் 6ஆம் வகுப்பில் சேர்க்கப்பட்டார். அவரது வகுப்பில் நான்கைந்து சுவாமிநா தன்கள். எனவே ஒரு பையனுக்கு கும்ப கோணம் சுவாமிநாதன். இன்னொரு வனுக்கு ஆடுதுறை சுவாமிநாதன் என்று பெயர் வைத்த ஆசிரியர் இவருக்கு 'தென்கச்சி சுவாமிநாதன்' என்று பெயர் வைத்தார்.

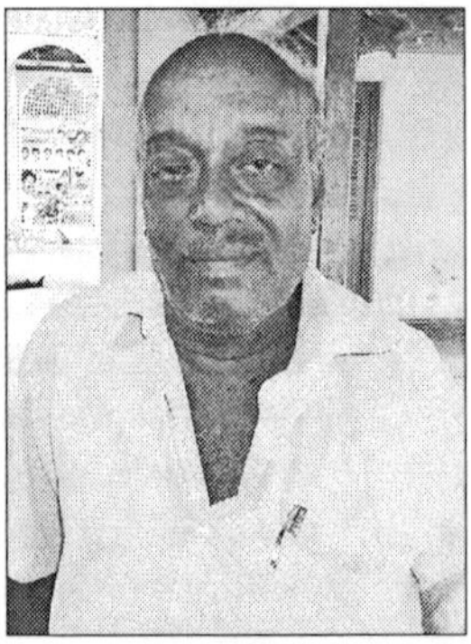

பன்னீர் செல்வம் (சகோதரர்)

தென்கச்சிக்கும், ஆடுதுறைக்கும் இடையே 26 கி.மீ. தூரம் இந்த தூரத்திற்கு சுவாமிநாதனை சைக்கிளில் 'டபுள்ஸ்' ஏற்றிக்கொண்டு பள்ளிக்கு அழைத்துச் சென்று வர ஒருவரை நியமித்தார் கோவிந்தசாமி. அவரது பெயர் கிருஷ்ண மூர்த்தி. அவர் தினமும் சுவாமிநாதனை பள்ளியில் விட்டுவிட்டு, அங்குள்ள கடை வாசல்களில் படுத்து, தூங்கி எழுந்து, மீண்டும் அழைத்து வந்திருக்கிறார்.

வில்வநாதன்(தம்பி)

"பெரிய என்ஜினியரா வரணும்னு படிக்கிறப்போ சொல்லிக்கிட்டு இருந்தார்" என்று நினைவலைகளைப் புரட்டிப் பார்த்து சொல்கிறார் கிருஷ்ண மூர்த்தி.

ஆடுதுறை அருகே உள்ள கஞ்சனூரில் இருக்கும் உறவினர் வீட்டிலும் சில காலம் தங்கியபடி 6, 7ம் வகுப்பை படித்து முடித்த சுவாமிநாதன், 1954ல் 8வது படிக்க கும்பகோணம் பாணாதுறை அரசு மேல்நிலைப் பள்ளியில் சேர்க்கப்பட்டார். அவரது அப்பா கோவிந்தசாமிக்கு மகிழ்ச்சி தாளவில்லை. மகன் கும்பகோணத்தில் தங்கிப் படிப்பதற்காகவே, அன்றைக்கு ரூ.30 ஆயிரம் செலவில் ஒரு வீட்டை வாங்கிக் கொடுத்தார். ஓரளவு படிப்பில் கவனம் செலுத்த தொடங்கிய சுவாமிநாதன், 9வது படிக்கும்போது பொழு துபோக்காக எழுதிய கவிதை ஒன்று, பாவேந்தர் பாரதிதாசன் நடத்திய 'குயில்' பத்திரிகையில் வெளிவந்தது. தொடர்ந்து 14வது வயதிலேயே தேவநேயப் பாவாணரின் 'தென்மொழி', தோழர் ஜீவா நடத்திய 'தாமரை' என பல இதழ்களில் எழுதத் தொடங்கினார்.

‘திகில்’ விரும்பிய மனசு

வாழ்க்கை முழுக்க அமைதியும் சாந்தமும் நிறைந்தவராக, யாரிடமும் கோபப்படாத மனிதராக திகழ்ந்த தென்கச்சி சுவாமிநாதனுக்கு ஒரு விநோத பழக்கம் இருந்தது. ரத்தத்தை உறைய வைக்கும் திகில் நாவல்களையும் கதைகளையும் விரும்பிப் படிப்பதுதான் அது! ராஜேஷ்குமாரின் கிரைம் நாவல்கள் எதையும் படிக்காமல் விட மாட்டார். ‘க்ரைம்’ கதைகள் மேல் அவருக்கு இருந்த ஈடுபாட்டுக்குப் பின்னணி காரணம் உண்டு. தென்கச்சியின் சிறு வயதில் அவரது சித்தப்பாவுக்கும் உறவினர் ஒருவருக்கும் ஏற்பட்ட தகராறு வெட்டுக்குத்தில் முடிந்தது. உறவினரின் தலையை வெட்டி எடுத்த தென்கச்சியின் சித்தப்பா, அரிவாளுடன் நேராக காவல் நிலையத்திற்குப் போய் விட்டார். ஆழ் மனதில் பதிந்து போன இந்தச் சம்பவத்திற்கு வடிகால் தேடுவதற்காக திகில் கதைகளைப் படித்திருக்கிறார்.

அதோடு, ஊராட்சி மன்றத் தலைவராக இருந்த காலத்தில், சித்தப்பாவால் கொல்லப்பட்டவரின் மகனுக்கு எழுத்தர் வேலை போட்டுக் கொடுத்தது தென்கச்சியின் இயல்பான மனிதநேய முகம்.

கும்பகோணத்தைச் சேர்ந்த புலவர் கண்ணன் அக்காலகட்டத்தில் சுவாமிநாதனுக்கு நெருங்கிய நண்பர். இருவரும் ஜோடி சேர்ந்தால் படிப்பது கிடையாது. அரட்டைக் கச்சேரிதான். பள்ளியில் மாணவர்களை தலையில் குட்டும் ஆசிரியருக்கு ‘செங்குட்டுவன்’ என்றும், கிள்ளும் ஆசிரியருக்கு ‘நலங்கிள்ளி’ என்றும் அழகு தமிழில் பட்டப்பெயர்களை வைப்பது தென்கச்சியின் வாடிக்கையும், வேடிக்கையும்.

இப்படி பட்டப்பெயர் வைப்பதை அறிந்து கிருஷ்ணமூர்த்தி என்கிற ஆசிரியர் எத்தனையோ முறை அவரின் காதைப் பிடித்து திருகி இருக்கிறார்.

பிற்காலத்தில் வானொலியில் ‘இன்று ஒரு தகவலை’ கேட்டு, யார் என்று தெரியாமலேயே கடிதம் எழுதி இருக்கிறார் ஆசிரியர் கிருஷ்ணமூர்த்தி....

‘உயர்திரு சுவாமிநாதன் அய்யா அவர்களுக்கு, நான் குடந்தை பள்ளியில் ஆசிரியராகப் பணியாற்றிவிட்டு தற்போது ஓய்வில் இருக்கிறேன். நீங்கள் வானொலியில் வழங்கும் இன்று ஒரு தகவலை தினமும் கேட்டு மகிழ்கிறேன். பாராட்டுக்கள்’ என்று எழுதி இருந்தார் அவர்.

தமக்கு கடிதம் எழுதி இருப்பது ஆசிரியர் ‘நலங்கிள்ளி’ என்பதை அறிந்து, பதிலுக்கு தென்கச்சி எழுதிய நன்றிக் கடிதத்தில் தாம் யார் என்பதையும் குறிப்பிட்டார்.

அடுத்த கடிதத்தில் ‘என் சிஷ்யன் சாமிநாதனுக்கு’ என்று தொடங்கி, ‘நீ தரும் தகவலைக் கேட்பதற்காக என் காதுகளை தினமும் ரேடியோ பெட்டி பக்கம் வைத்திருக்கிறேன்’ என்று குறிப்பிட்டிருந்தார் ஆசிரியர் கிருஷ்ணமூர்த்தி.

▸ இளைஞர் தென்கச்சி சுவாமிநாதன்

இதற்கு இப்படி பதில் கடிதம் எழுதினார் தென்கச்சி.

‘அய்யா, படிக்கும் போது என் காதுகள் உங்களிடம் இருந்தன. ஆனால், இப்போது உங்கள் காது என்னிடம் இருக்கிறது.’ இதற்கு அடுத்த கடிதத்தில் அந்த ஆசிரியர் ‘ஏ சாமிநாதா, இன்னும் உன் குறும்பு போகலையே’ என்று உரிமையுடன் குறிப்பிட்டிருந்தார்.

▸ புலவர் கண்ணன்

அதே ஆசிரியரை ஒருமுறை கும்பகோணத்தில் நடந்த விழா மேடையில் தென்கச்சி பேசும்போது “இதோ என் சிறப்புக்குரிய ஆசிரியர் நலங்கிள்ளி இங்கே என் பேச்சைக் கேட்க - தன் காதுகளை என்னிடம் ஒப்படைக்க - வந்திருக்கிறார்” எனக் கூறினார். வயது முதிர்ந்து, நடக்க இயலாத நிலையில் இருந்த அவரை மேடைக்கு அழைத்து, நாற்காலியில் அமர வைத்து அவரது கால்களில் விழுந்து ஆசி பெற்றார். அந்த அரங்கமே கரவொலியில் அதிர்ந்தது” என நெஞ்சம் நெகிழ சொல்கிறார் புலவர் கண்ணன்.

கிண்டலும் கேலியுமாக மாணவப் பருவம் நகர்ந்தாலும் இந்தி எதிர்ப்பு போராட்டத்தில் பங்கேற்று, அவர் எழுதிய கவிதை மாணவர்களிடையே நெருப்பைப் பற்ற வைத்தது எப்படி? அப்போது சுவாமிநாதனிடம் அடைக்கலம் புகுந்த அரசியல் தலைவர் யார்?

3

இரண்டில் ஒன்று பார்த்திட...

காலை நேரம் அது... அரண்மனையின் உப்பரிகையில் நின்று கொண்டிருந்தார் மன்னர். அப்போது வழிப்போக்கன் ஒருவன் அவரைப் பார்த்தபடியே போனான்.

அடுத்த சில நிமிடங்களில் நிலைப்படியில் மன்னர் தலை இடித்து ரத்தம் ஒழுகியதாம்!

வழிப்போக்கன் மீது கோபம் கொண்ட மன்னன், "இவனது முகத்தைப் பார்க்க போய்த்தான் தலை இடித்து ரத்தம் வந்துவிட்டது. உடனடியாக அவனுக்கு மரண தண்டனை கொடுத்து, நிறைவேற்றுங்கள்" என்று ஆணையிட்டாராம்!

மன்னரின் உத்தரவைக் கேட்ட வழிப் போக்கன், கொஞ்சம் கூட மிரளாமல், பதிலுக்கு சிரித்தான். "எதுக்கப்பா சிரிக்கிறாய்?" என்று அமைச்சர் ஒருவர் கேட்டபோது அவன் சொன்னான்...

"என் முகத்தை பார்த்ததினால் மன்னருக்கு மண்டையில் காயம்தான் ஏற்பட்டது. ஆனால், காலை நேரத்தில் மன்னரின் முகத்தைப் பார்த்த எனக்கு மரண தண்டனை அல்லவா கிடைத்திருக்கிறது!"

மூட நம்பிக்கைகளுக்கு எதிரான சிந்தனையை எப்போதும் கொண்டிருந்த தென்கச்சி, சிறுவயது முதலே புதுமைகளை செயல்படுத்துவதில் ஆர்வம் கொண்டிருந்தார். பள்ளிப்படிப்பை முடித்துவிட்டு, 'தென்னகத்தின் கேம்ப்ரிட்ஜ்' எனப்படும் கும்பகோணம் அரசுக் கல்லூரியில் பி.யூ.சி. படித்தார். அப்போது விடுமுறை நாட்களில் வீட்டுக்கு வந்து செல்வார். அந்த நாட்களை நினைவு கூர்கிறார். அவரது அண்ணன் மகன் இளங்கோவன்.

“எங்க குடும்பத்துல காலம் காலமாக காலையில் எழுந்திரிச்சா எல்லாருக்கும் நீராகரம்தான். தென்கச்சி சொல்லிதான் நாங்க முதன்முதலா காபி குடிக்க ஆரம்பிச்சோம். அதே மாதிரி காலையும் மாலையும் சாதம்னு இருந்ததை, இட்லி, தோசைன்னு மாத்தினதும் அவர்தான்.

அதுவரைக்கும் செங்கல் பொடி வச்சுதான் எல்லாரும் பல் துலக்கிட்டு இருந்தோம். தென்கச்சிதான் சத்தம் போட்டு ‘பேஸ்ட் - பிரஷ்’னு மாத்தினாரு.

தென்கச்சி எங்க வீட்டு செல்லப்பிள்ளை மட்டுமல்ல! பல விஷயங்களில் முன்னோடியும் கூட ...!” என்கிறார் இளங்கோவன்.

‘தென்கச்சி படிப்பில்தான் சுமாரே தவிர, பொதுஅறிவில் புத்திசாலி’ என்கிறார் பாலு. இவர் தென்கச்சியின் சித்தப்பா நடேசனின் மகன்.

“விடுமுறை நாள்னா பசங்க எல்லாரும் ஒண்ணா கூடுவாங்க. அந்தக் காலத்துல ‘தேள்கடி’ன்னா, கிராமத்துக்காரங்க யாராக இருந்தாலும், மருந்து வாங்க எங்க வீட்டுக்குத்தான் வருவாங்க. எங்க அப்பா அதற்கு மருந்து கொடுப்பதில் கைதேர்ந்தவர். ஆனா, அந்த மருந்து ரகசியம் வெளியில யாருக்கும் தெரியாது.

ஆனா, நீங்க தேள்கடிக்கு கொடுக்கிறது கோழியோட எச்சம் தானேன்னு கண்டுபிடிச்சு சொல்லி, எங்க அப்பாவையே தேள் கொட்டின மாதிரி ஆக்கினவரு தென்கச்சி.

என்மேல ரொம்ப பிரியமா இருப்பார். அவர் ஒரு வரி பேசினாக் கூட நமக்கு வயிறு குலுங்க சிரிப்பு வந்திடும். ஒரு தடவை திருமண விழாவுக்குப் போயிருந்தோம். மேசையில ஒரு மீசை வச்ச ஆள் சாப்பிட்டுகிட்டு இருந்தார். அவருக்கு பல்லு கிடையாது. ஆனா முன்னால இருந்தது நல்ல மட்டன் பிரியாணி. இவர் என்கிட்ட சொன்னார். ‘ரொம்ப முரட்டு வேலையா இருக்கும் போல’. இதனை அவர் சொன்ன விதத்ததால், எனக்கு குபீர்னு சிரிப்பு வந்துடுச்சு” என்கிறார் பாலு.

கும்பகோணத்தில் பி.யூ.சி முடித்த மகனை விவசாயம் தொடர்பாக மேற்கொண்டு படிக்க வைக்க நினைத்தார் கோவிந்தசாமி.

‘எதிர்காலத்தில் நிலத்தைப் பார்த்துக்கொள்ள ஒருவர் வேண்டும். அப்படியானால் அந்த நபர் விவசாயத்தில் அத்துப்படியாக இருக்க வேண்டும். சுவாமிநாதன்தான் அதற்கு சரியான ஆள்’ என்பது அவரது கணக்கு. தந்தையின் பேச்சுக்கு மறு பேச்சில்லை. ‘சரியப்பா..’ என்றார்.

▶ இளங்கோவன்

காளிமுத்துவுக்கு அடைக்கலம்

இந்தி எதிர்ப்புப் போராட்டத்தில் மாணவராக இருந்த தென்கச்சி கலந்து கொண்டார். அப்போது மதுரையில் நடந்த இந்தி எதிர்ப்பு போராட்டத்தில் கலந்து கொண்டவர்களில் ஒருவர் முன்னாள் சபாநாயகர் கா. காளிமுத்து. காவல்துறையிடமிருந்து தப்பிப்பதற்காக அவர் கோவை வந்து தலைமறைவாக இருந்தார். அந்தக் காலகட்டத்தில் அவர் தங்கி இருந்தது தென்கச்சியின் அறையில்தான்!

நீண்ட காலம் கழித்து ஒரு பொது மேடையில் இருவரும் சந்தித்து கொண்டனர். அப்போதும் கூட காளிமுத்துவுக்கு பழைய விஷயம் நினைவில் இல்லை. மேடையில் பேசி முடித்து கிளம்பிச் செல்லும் முன்புதான் அவருக்குச் சொல்லியிருக்கிறார்கள். உடனே பழைய நினைவுகளில் மூழ்கிப் போன காளிமுத்து, தென்கச்சி பேசும் வரை இருந்து கேட்டுவிட்டு, அவரிடம் பேசி மகிழ்ந்துவிட்டுச் சென்றார்.

சுவாமிநாதன் கோயம்புத்தூர் சென்று பி.எஸ்.சி வேளாண்மை படிப்பதற்காக கும்பகோணத்தில் இருந்து புதிதாக இரண்டு செட் பேண்ட், சட்டை தைத்து வரப்பட்டது. ஊரே அதிசயமாக பார்த்தது. ஆம்...தென்கச்சியில் முதன்முதலாக முழுக்கால் பேண்ட் போட்டது சுவாமிநாதன்தான் !

கோவை வேளாண்மைக் கல்லூரி விடுதியில் தங்கி விவசாயம் பற்றி படிக்கத் தொடங்கினார் சுவாமிநாதன். அந்தக் காலகட்டத்தில்தான் 1965ல் இந்தி எதிர்ப்பு போராட்டம் வெடித்தது. தமிழகம் முழுவதும் மாணவர்களே பெருமளவு இப்போராட்டத்தில் கலந்துகொண்டனர். அதில் தென்கச்சி சுவாமிநாதனும் ஒருவர். இந்தி எதிர்ப்பை அவர் கவிதை வடிவிலும் காட்டினார். அவர் தீட்டிய கவிதையின் முத்தாய்ப்பான வரி கோவை மாணவர்களின் எழுச்சி முழக்கமானது!

‘இரண்டிலொன்று பார்த்திடத்தான் வேண்டும்-என்
இன்பத் தமிழ் வாழ்ந்திடத்தான் வேண்டும்’

இந்த கவிதை வரிகளுக்காக அவர் மீது வழக்கு போடப்பட்டது.

வேளாண்மைக் கல்லூரியில் படித்தபோது தென்கச்சியின் உற்ற நண்பராக திகழ்ந்தவர் முனைவர். ராமசாமி. பெரியகுளம் தோட்டக்கலைக் கல்லூரியின் முதல்வராக பணியாற்றி ஓய்வு பெற்றவர். கல்லூரி நாட்களை நினைவுகூர்கிறார் ராமசாமி.

“தென்கச்சியின் தமிழ் எழுத்துகள் முத்து முத்தாக இருக்கும். அதேபோல் கவிதையும் முத்துப் போல் இருக்கும். 1964ல் கவிஞர் கண்ணதாசன் நடத்திய கவிதைப் போட்டியில் கலந்து கொண்டார். அந்தப் போட்டியின் விதிப்படி, ‘செருப்பு’ என்று

▸ முனைவர் ராமசாமி உள்ளிட்ட கல்லூரி நண்பர்களுடன்...

தொடங்கி 'விளக்குமாறு' என்று கவிதை முடிய வேண்டும். தென்கச்சி இப்படி எழுதினார்!

"செருப்புகுந்த போர் மறவன் சென்று வந்த போர்தனிலே
அவன் பொறுப்புணர்ந்த காதலியாள் பொங்கும் விருப்புடனே
அன்றோடிப் போய்ப் போரில் அவன் விளைத்த வீரத்தினைக்
கேட்டாளாம் விளக்குமாறு...."

-இப்படிக் கல்லூரி காலத்தில் அவர் மரபுக்கவிதைகளை எழுதி பல பரிசுகள் பெற்றிருக்கிறார். அதோடு தமிழ்ப் பாடத்தில் முதல் மாணவராகவும், மாணவர் தமிழ் மன்றத் தலைவராகவும் இருந்தார். அம்மன்றத்தின் சார்பாக 'பொழில்' என்றொரு பத்திரிகை வெளிவந்தது. அதற்கு ஆசிரியரும் இவர்தான்! இந்தி எதிர்ப்பு போராட்டத்தின்போது தென்கச்சியாருடன் சேர்ந்து போராடியவர்களில் நானும் ஒருவன். எங்களை பொள்ளாச்சி சிறைக்கு அழைத்துச் சென்று பிறகு விடுதலை செய்தார்கள். அடடா... மறக்கக்கூடிய நாட்களா அவை...?! படித்து முடித்து வேலை, குடும்பம் என்றான பிறகும் எங்களுடைய நட்பும் அன்பும் கடைசி வரை தொடர்ந்தது. " என்கிறார் ராமசாமி.

பட்டப்படிப்புக்கான இறுதியாண்டு தேர்வு எழுதிய கையோடு ஊர் திரும்பிவிட்டார் சுவாமிநாதன். முடிவுகள் வெளிவர இன்னும் 2 மாதங்கள் ஆகும். சுவாமிநாதனை, கோவிந்தசாமி மட்டுமல்ல, ஊரே கொண்டாடியது! அவ்வளவுதான்! குடும்பத்தினர் அனைவரையும் அழைத்தார் கோவிந்தசாமி.

“இனிமே விவசாயம் மட்டுமல்ல! வீட்டுப் பொறுப்பையும் இவன்தான் பாத்துக்கொள்வான்” என்று சொல்லி கொத்துச்-சாவியை சுவாமிநாதன் கையில் கொடுத்தார். அதன் பிறகு கோவிந்தசாமியிடம் யார் சென்று எது கேட்டாலும், “எல்லாம் ‘நடுவுள்ளவனைக்’ கேட்டுக்கோ'' என்று கூறிவிடுவார். இதெல்லாம் 10 நாட்கள் கூட தாக்குப்பிடிக்கவில்லை.

சுவாமிநாதன், தென்கச்சி திரும்பிய அடுத்த பதினோராவது நாள் அவருக்கு அரசாங்கத்திடம் இருந்து வேலைக்கான அழைப்பு வந்தது. பாளையங்கோட்டை வேளாண்மை விரிவாக்க அலுவலகத்தில் வேளாண் அலுவலர் பணிக்கு அவர் நியமிக்கப்பட்டிருந்தார். அப்போதெல்லாம் இப்படித்தான். படித்து முடித்தவுடன் ஏதாவது ஒரு வேலை உடனே கிடைத்துவிடும். அன்றைக்கு எட்டாவதும், பத்தாவதும் படித்தவர்கள்தான் பிற்காலத்தில் தலைமை ஆசிரியர் பணி வரை சென்று ஓய்வு பெற்றனர். பள்ளிப்படிப்புக்கே அப்படி என்றால், பட்டப்படிப்புக்கான மரியாதையைப் பற்றி கேட்கவா வேண்டும்?

வீட்டு நீதிமன்றம் நாட்டார் கோவிந்தசாமி தலைமையில் கூடி ஒரு முடிவு எடுத்தது. ‘சரி, நம்ம புள்ளை அரசாங்க வேலை பார்க்கட்டும்’ என்று தீர்ப்பு சொன்னார் கோவிந்தசாமி. பாளையங்கோட்டை வேளாண்மை அலுவலகத்தில் ஒரு வருடம் வேலை பார்த்த சுவாமிநாதன், அடுத்து கடையம் ஊராட்சி ஒன்றியத்திற்கு மாற்றப்பட்டார். அங்கு இருக்கும்போது பட்டப்படிப்புக்கான தேர்வு முடிவு வந்தது. அதில் 2 பாடங்களில் அவர் தேர்ச்சி பெறவில்லை. வேலைக்கு விடுப்பு எடுத்துக் கொண்டு கோவை வந்து தேர்வெழுதி அந்தப் பாடங்களில் வெற்றி பெற்றார். கடையத்தில் மகாகவி பாரதியார் தனது மனைவி செல்லம்மாளுடன் குடியிருந்த அதே தெருவில் தான் சுவாமிநாதனும் குடியிருந்தார். இங்கேயும் ஒரு வருடம்தான் வேலை. அரசாங்கம் அவரை தஞ்சை மாவட்டம் பேராவூரணி ஊராட்சி ஒன்றியத்திற்கு மாற்றியது.

அங்கு வேளாண்மை அலுவலராக சுவாமிநாதன் வேலை பார்த்தபோது அவருக்கு மாதச்சம்பளம் ரூ.220. அங்கிருந்த வேளாண்மை கிட்டங்கிக்கும் இவர்தான் பொறுப்பாளர். அந்த கிட்டங்கியில் சுவாமிநாதனுக்குத் தெரியாமல் திருட்டுக்கள் நடக்க, அதைக் கண்டுபிடிக்க முனையாமல், மாதாமாதம் தனது சம்பளப் பணத்தில் இருந்து போட்டு சரிக்கட்டி வந்திருக்கிறார். மாதம் அவரது சாப்பாட்டு செலவு ரூ.30 போக, மீதம் எல்லாம் திருட்டுக் கடனுக்கே சரியாகப் போனது.

தொலைவில் இருந்தே இந்த விஷயங்களை தெரிந்துகொண்டு விட்டார் கோவிந்தசாமி. பணியாட்கள் நான்கு பேரை அழைத்தார்.

‘‘டேய்.. சுவாமிநாதனை ஊருக்கு வரும்படி கேளுங்கள், மரியாதையாக வந்தால் வரட்டும், இல்லையென்றால் குண்டுக் கட்டாக தூக்கி வந்துவிடுங்கள்’’ என்று உத்தரவு போட்டார். வேறு வழியில்லை. சுவாமிநாதனும் வேலையை உதறிவிட்டு ஊருக்குத் திரும்பினார். ‘அரசாங்க உத்தியோகம் பார்த்தது போதும். பேசாம நம்ம சொந்த விவசாயத்தை பார்’ என்ற தந்தையின் உத்தரவுக்கு பணிந்தார்.

மறுநாள் விடிந்தது...

விவசாயத்தில் ஏதாவது புதுமை செய்தால் என்ன? முதலில் தேவையான அளவு தண்ணீருக்கு வசதி செய்ய வேண்டும் என்று முடிவெடுத்த அவர், புதிய ஆழ்குழாய் கிணறு ஒன்றைத் தோண்ட திட்டமிட்டார். தந்தையிடம் சொல்லி ரூ.2 ஆயிரம் பெற்றுக் கொண்டார். சுமார் 500 அடி ஆழத்திற்கு கீழே தோண்டியும் சொட்டுத் தண்ணீர் வரவில்லை. கோவிந்தசாமியிடம் நன்றாக வாங்கிக் கட்டிக்கொண்டார். சுவாமிநாதன் அல்ல. அவரது குடும்பத்து கணக்குப்பிள்ளை. ‘யோவ் கணக்கப் பிள்ளை. ஏட்டுச் சுரைக்காய் கறிக்கு உதவாது. இனிமே யாரும் சுவாமிநாதன் பேச்சை கேட்க வேண்டாம்’ என்று உத்தரவு போட்டுவிட்டார்,.

ரூ.2 ஆயிரத்தை காலி செய்த சுவாமிநாதன், பூமிக்கடியில் பதித்த இரும்புக்குழாயை மட்டுமாவது வெளியே எடுக்க முடியுமா என யோசித்தார்! அதெல்லாம் நடக்கிற காரியமா ? மொத்தம் 3 நாட்கள் முடங்கிப்போனார். 3 நாட்கள் கழித்து புதிய உத்வேகத்துடன் தந்தையைச் சந்திக்க வந்தார் சுவாமிநாதன். ‘நடந்த தவறை மன்னித்து விடுங்கள். எனக்கு இன்னொரு வாய்ப்பு தாருங்கள்’ என்று கேட்க, பெற்ற மனது அல்லவா? சம்மதம் தெரிவித்தது.

சுவாமிநாதன் வேட்டியை மடித்துக் கட்டிக்கொண்டு களத்தில் இறங்கினார். வேளாண் அதிகாரிகளைத் தேடிப் பிடித்துக் கொண்டு வந்து மண் பரிசோதனை செய்தார். உரம், பூச்சிக்கொல்லி மருந்து என அளவோடு தெளித்து செலவை 20 சதவீதம் குறைத்தார். வழக்கமாக வரும் 1000 நெல் மூட்டைகளைத் தாண்டி, 1200 மூட்டை அறுவடை செய்து காட்டினார். கோவிந்தசாமியின் கனவு நனவானது.

விவசாயி ஆக மட்டுமே இருந்த சுவாமிநாதன் அரசியல்வாதியானது எப்படி? எம்.பி. ஆக கிடைத்த வாய்ப்பை ஏன் நிராகரித்தார்?

4 விநோத நிபந்தனை

இந்த பூமியைச் சொர்க்கமயமாக்கணும்னு கடவுளே ஒரு தரம் நினைச்சாராம். உடனே புறப்பட்டு பூமிக்கு வந்து சேர்ந்தார்.

மனுஷனுக்கிருக்கிற குறை பூராவும் நிவர்த்தி பண்ணிபுடுவோம்ன்னு ஆரம்பிச்சார்.

முதல்லே ஒரு ஆளைப் பார்த்தார். அவன் அழுதுகிட்டிருந்தான்.

"ஏம்ப்பா அழறே?"ன்னார்.

"10 ரூபாயைத் தொலைச்சுட்டேன். அதான் அழறேன்"னான்.

"பரவாயில்லே! அதுக்காக கவலைப்படாதே! நான் பத்து ரூபாய் தர்றேன்! வச்சுக்கோ"ன்னு சொல்லி 10 ரூபாயைக் குடுத்தார்.

அதை வாங்கினவுடனே இன்னமும் பலமா அழ ஆரம்பிச்சான்!

"மறுபடியும் ஏம்ப்பா அழறே?"ன்னார்.

"நான் தொலைச்ச 10 ரூபாயும் இருந்தா இப்ப என் கையிலே 20 ரூபா இருக்குமே!"ன்னு சொல்லிப்புட்டு தேம்பித்தேம்பி அழ ஆரம்பிச்சான்.

மனித மனத்தைப் பற்றி பிற்காலத்தில் இப்படியொரு கதையாக்கிய தென்கச்சிக்கு இளவயதில் அத்தகைய அனுபவம் கிடைத்தது. 'வெறும் விவசாயம் மட்டும் போதாது. கோழிப் பண்ணையும் வைக்கப்போறேன்' என்றார் தந்தையிடம்! "சரி மகனே! கோழிப்பண்ணையும் வைத்து என்னை அசத்திக் காட்டு" என்று பணம் கொடுத்தார் கோவிந்தசாமி. வீட்டுக்குப் பக்கத்திலேயே வேலிகளைப் போட்டு, 50 கோழிகளை வாங்கி வந்து, இரவும், பகலுமாக வளர்த்துவந்தார் சுவாமிநாதன். எல்லாமே நாட்டுக்கோழிகள். கோழிகளுக்கு நன்றாகத்

தீவனமிட்டு, மருந்து, ஊசிகளுடன் ஊக்கமாகத்தான் வளர்த்து வந்தார். ஆனால், அவை என்னமோ வரிசையாக மடிய ஆரம்பித்தது, கடைசியாக மிகப் பெரிய நட்டத்தை சந்தித்தார். இதன்பிறகு தந்தைக்குப் பயந்து, ஒரு வாரத்திற்கு அவர் கண்ணிலேயே படவில்லை. வீட்டின் கொல்லைப்புற வழியாக வந்து சாப்பிட்டு, மொட்டை மாடியில் படுத்து தூங்கியது தனிக்கதை.

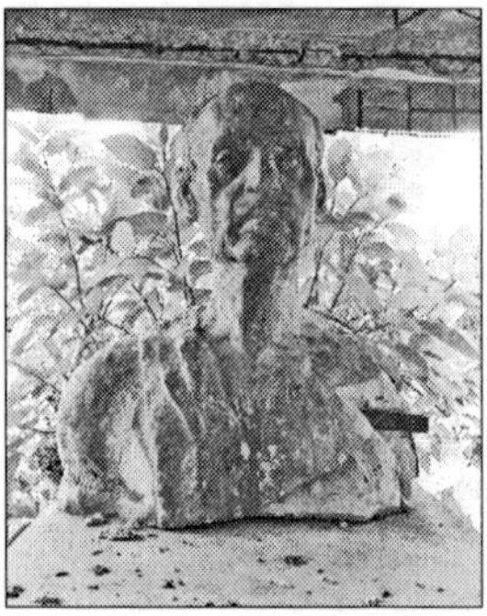

தென்கச்சியிலுள்ள தென்கச்சியாரின் தந்தை சிலை

'என்ன சுவாமிநாதா... இப்படி கோழிப்பண்ணையில, பணத்தை விட்டுப் புட்டியே' என்று கவலை தோய்ந்த முகத்துடன் கேட்ட நண்பன் ராமமூர்த்திக்கு அவர் ஒரு கதை சொன்னார்.

"ஒரு ஊர்ல ஒரு ராசா இருந்தாராம்! அவர்கிட்ட ஒரு மந்திரி இருந்தாராம். 'என்ன மந்திரியாரே! நான் எவ்வளவு செலவு செய்தாலும், என் சொத்து காலியாக மாட்டேங்குதே' என்று கவலைப்பட்டாராம் ராசா.

மந்திரி சொன்னாராம்... 'ஒரு கோழிப்பண்ணை வச்சுப் பாருங்களேன்!'

அதன்பிறகு ஒரு நாள் பிச்சைக்காரன் கோலத்தில் ஒருவன் வந்து மந்திரியைப் பார்த்தார். 'மந்திரியாரே! என்னை அடையாளம் தெரிகிறதா? நான்தான் ராஜா' என்றாராம். தென்கச்சியிலும் அப்படியொரு ராஜா" என்று சொன்னாராம் சுவாமிநாதன்.

"கோழிப்பண்ணையில் நட்டம் அடைந்ததற்கு இன்னொரு காரணமும் இருக்கிறது" என்கிறார் அவரது அண்ணன் மகன் இளங்கோவன்.

தினமும் நண்பர்கள் அனைவரும் தென்கச்சி வீட்டு மொட்டை மாடியில், இரவில் கூடுவார்களாம். அங்கு இவர்களைத் தவிர ஒரு மண் அடுப்பும், மண்பானையும் உண்டு. "அப்போதைக்கு அப்ப கோழி போடுகிற முட்டைகளை அவிச்சு, ஆளுக்கு நாலு முட்டையா சாப்பிடுவார்கள். சித்தப்பாவுக்கு அவிச்ச முட்டைன்னா ரொம்ப பிடிக்கும்" என்கிறார் அவர்.

தென்கச்சி பெருமாள் நத்தத்தில் சிலையாக இருக்கும் கோவிந்த-சாமிக்கு இப்போது வரைக்கும் இந்த சங்கதி தெரியாது. "புள்ள ராப்பகலா கஷ்டப்பட்டானே? எப்படி கோழி வளர்ப்புல முட்டை மார்க் வாங்கினான்னு தெரியலையே?" என்பதே அவரது நினைப்பு.

விவசாயத்தில் முழு மூச்சாக இருந்த சுவாமிநாதனை, ஊர் சேவைக்கும் இழுத்து வந்தது 1967ல் நடந்த உள்ளாட்சித் தேர்தல்.

தென்கச்சியில் பரம்பரை, பரம்பரையாக கோவிந்தசாமி

குடும்பத்தினர்தான் ஊராட்சி மன்றத் தலைவர் பதவிக்கு ஒரு மனதாக தேர்வு செய்யப்படுவார்கள். அந்த முறை என்னவோ தேர்தல் வெடித்துவிட்டது. சுவாமிநாதனை எதிர்த்து போட்டி யிட்டவர் அந்தக் காலத்தில் பெரிய சினிமா பாடலாசிரியரான மருதகாசியின் மகன் இளங்கோவன். பக்கத்திலிருந்த மேலக்குடிக் காடு கிராமத்தைச் சேர்ந்தவர். தேர்தலில் மருதகாசியே பிரசாரம் செய்தார். எப்படித் தெரியுமா?

ஒரு பக்கம் தென்கச்சி. மறுபக்கம் இளங்கோவன் இருவ ரையும் வீடுவீடாக அழைத்துச் சென்று, "சுவாமிநாதன் என் மாப்பிள்ளை. இளங்கோவன் எனது மகன். யாருக்கு ஓட்டு போடணுமோ, போடுங்க!" - ஆம்! தென்கச்சியின் உறவினர்தான் மருதகாசி. தேர்தலில் நிற்பது குறித்து தனது நண்பர் முருகேசனிடம் தென்கச்சி சொன்ன 'அன்று ஒரு தகவல்' இது.

"முருகேசா. பைசா செலவில்லாம ஓட்டு கிடைக்கும்னாத் தான் நிக்கணும். ஒரு பைசா என்னைக் கேட்காம யாரும் செலவு செஞ்சிடக்கூடாது. புரிஞ்சுதா?" சொன்னதைப் போலவே செலவில்லாமல் தேர்தலில் வெற்றி பெற்றார். அடுத்தடுத்த தேர்தல்களிலும் வென்று, 7 ஆண்டுகள் ஊராட்சி மன்றத் தலைவராக இருந்தார் சுவாமிநாதன்.

ஆண்டாண்டு காலமாக தென்கச்சி வீதிகளில் இருந்த குண்டு பல்பை மாற்றி, முதன்முதலாக டியூப் லைட்டுகளை எரியச் செய்தார். "முப்பத்திரண்டு பஞ்சாயத்துல முதன்முதலா எங்க பஞ்சாயத்துக்குத்தான் டியூப் லைட் வந்துச்சு" என்கிறார் தென்கச்சிக்காக தேர்தல் பணியாற்றிய முருகேசன். ஊரின் வளர்ச் சிக்காக பலதிட்டங்களை கொண்டுவந்தார். முதன்முதலாக குடிநீர் வசதிக்காக தென்கச்சியில் கிணறு ஒன்றை ஏற்படுத்தினார். விவசாய பூமியான தென்கச்சி 'டிராக்டர்' கண்டது சுவாமிநாதன் காலத்தில்தான்!

நிலமற்ற ஏழைகளுக்கு புறம்போக்கு நிலத்தைத் தரலாம் என்று அப்போதைய முதலமைச்சரான கலைஞர் போட்ட உத்தரவை தமிழ்நாட்டிலேயே முதன் முதலாக செயலாக்கியது சுவாமி நாதன்தான். கொள்ளிடம் ஆற்றங்கரையில் இப்போதும் இருக்கிற 100 குடும்பங்களின் இருப்பிடம், தென்கச்சி கொடுத்தது தான்! விவசாயிகள் தானியங்களைச் சேர்த்து வைத்துக்கொள்ள தென்கச்சியில் ஊருக்குப் பொதுவாய் ஒரு தானியக்களம் ஏற்படுத்திக் கொடுத்தார். தென்கச்சியில் இங்கிலீஷ் காய்கறிகளை யும், பூச்சி மருந்துகளையும் அறிமுகப்படுத்தினார்.

இந்த சமயத்தில் நடந்த முக்கிய நிகழ்வு ஒன்றை குறிப்பிட்டுச் சொல்கிறார் தமிழ்நாடு நூலகத்துறையின் முன்னாள் இயக்குநரான ந.ஆவுடையப்பன்.

"தென்கச்சி கிராமத்தில் அரசு நூலகம் ஏற்படுத்த தென்கச்சியார் அனுமதி பெற்றிருந்தார். நூலகம் ஆரம்பிக்கும் பணிகள் நடை பெற்று வந்த நிலையில், மற்றொரு பஞ்சாயத்து தலைவர் தென்கச்சி யாரிடம், புதிய நூலகத்தை தனது கிராமத்தில் தொடங்க வேண்டும் என்று கேட்க, இவரும் விட்டுக் கொடுத்துவிட்டார். இது பற்றி நான் கேட்டபோது, 'படிப்பு நல்ல விஷயம். அவர் ஊரில் ஒரு நூலகம் இருக்கட்டுமே என்று ஆசைப்படுகிறார். நாம் குறுக்கே நின்றால் நல்லா இருக்காது. அடுத்த முறை தென் கச்சியில் கட்டிக்கொள்ளலாம் என்று நினைத்தேன்' என்றார். பின்னர் தென்கச் சியார் பதவி முடிந்த பிறகும் கூட தென் கச்சியில் நூலகம் திறக்கப்படவில்லை. இதுபற்றி அவர் என்னிடம் சொன்னார். 2004 ல் தென்கச்சியில் பகுதிநேர நூலகம் திறக்க ஏற்பாடு செய்து கொடுத்தேன்" என்கிறார் ஆவுடையப்பன்.

நண்பர் கோபாலன்

நண்பர் முருகேசன்

ஊராட்சி மன்றத் தலைவராக இருந்த போது ஒரு புரட்சியையும் செய்திருக்கி றார் தென்கச்சி. அய்யர் வீட்டுப் பெண் ணுக்கும், படையாச்சி மாப்பிள்ளைக்கும் மணமுடித்து, அந்தப் பகுதியில் முதன் முதலாக சாதி மறுப்புத்திருமணத்தை நடத்தி வைத்திருக்கிறார். கொலக்கா நத் தம் என்கிற கிராமத்தில் கிராம சேவகராக வேலை பார்த்த கலியபெருமாள் தினமும் அங்குள்ள அய்யர் ஓட்டலில் டீ குடிக்கப் போவார். ஓட்டல் உரிமையாளர் மகள் இந்திராணிக்கும், கலியபெருமாளுக்கும் காதல். இருவரும் வேறுவேறு ஜாதி என்ப தால் இரு வீட்டிலும் எதிர்ப்பு. விவகாரம் ஊராட்சி மன்றத் தலைவரான சுவாமி நாதனிடம் வர, மணமக்களை ஒன்று சேர்த்துவிட முடிவெடுத்தார் அவர். மறுநாள், நாலைந்து பேர் மட்டுமே கலந்துகொண்ட கலியபெருமாள்- இந்திராணி திரும ணம் பக்கத்து ஊரான திருமழைப்பாடியில் நடந்தது. கோவிலில் திருமணம் முடித்த கையோடு மணமக்களை அழைத்துச் சென்று கும்பகோணத்தில் தங்க வைத்துவிட்டு வந்தார்.

இது மட்டுமல்ல! "விதவைக்கு மறுமணம் செய்து வைக்கும் கொள்கையும் அவரிடம் இருந்தது. ஆனால் கிராமப்பகுதி என்பதால் யாரும் முன்வரவில்லை" என்கிறார் தென்கச்சியைச்

எம்.ஜி.ஆரின் அழைப்பும் கலைஞரின் பாசமும்!'

தென்கச்சி சுவாமிநாதன் தொடர்ந்து ஊராட்சி மன்றத் தலைவராக செல்வாக்கோடு இருந்தபோது, எம்.ஜி.ஆர். தனிக் கட்சி ஆரம்பித்திருந்தார். நாடாளுமன்றத் தேர்தலில் படித்த இளைஞர்களுக்கு வாய்ப்பளிக்க விரும்பிய அவர், தென்கச்சியைப் பற்றிக் கேள்விப்பட்டு அவருக்கு எம்.பி.சீட் கொடுக்க விரும்பினார். ஆனால் அதனை தென்கச்சி ஏற்கவில்லை. 'தேர்தல்ல நின்னா லட்சக்கணக்கில செலவு செய்யணும். பிறகு அதைச் சம்பாதிக்கணும். எதுக்கு அது?' என்று ஒரே வரியில் நிராகரித்து விட்டார்.

இதேபோல பிற்காலத்தில் கலைஞர் முதலமைச்சராக இருந்தபோது, அமைச்சர் முல்லை வேந்தன் நூல் வெளியீட்டு விழாவில், தென்கச்சி கலந்து கொண்டார். அதில் பேசிய கலைஞர், தென்கச்சியை 'வார்த்தைச் சித்தர்' என்று வர்ணித்துவிட்டு 'தென்கச்சி, அவர் நம் கட்சி' என்று பேசினார்.

அதற்கு பதிலேதும் சொல்லாமல் அப்படியே விட்டு விட்டார் தென்கச்சி. அரசியலில் பெரிய ஈடுபாடோ, அரசியல்வாதிகள் தொடர்போ இல்லாமல் இருந்த தென்கச்சிக்குப் பிடித்த ஒரே அரசியல்வாதி கும்பகோணம் தொகுதி சட்டமன்ற உறுப்பினர் சாக்கோட்டை அன்பழகன்தான்.

குடும்ப ரீதியிலான நட்பு என்ற அடிப்படையில் அவரிடம் தென்கச்சி நெருங்கிப் பழகினார். அதைப் போன்று எல்லா அரசியல் தலைவர்களுக்கும் பிடித்தமானவராக இருந்தாலும் யாரிடமும் எந்த சிபாரிசுக்கும் தென்கச்சி போனதில்லை.

சேர்ந்த கணேசன். ஊராட்சித் தலைவர் என்பதையும் கடந்து, தனது சொந்தப் பணத்திலும் நிறைய செலவுகள் செய்து வந்திருக்கிறார் தென்கச்சி. ஊரில் யாருக்கு குழந்தை பிறந்தாலும், அவரது செலவில் புதுச்சட்டை வாங்கித் தருவது வாடிக்கை. பல திருமணங்களையும் ஊரில் 10 ரூபாய் 20 ரூபாய் என வசூல் செய்து நடத்தி வைத்திருக்கிறார்.

'தென்கச்சியில் அவர் தலைவரா இருந்தப்ப மோதிரம் எல்லாம் போட்டிருந்தார். அதை அடகு வைத்து ஒரு பெண்ணோட பிரசவத்துக்கு உதவி செஞ்சார். இதுக்கு பின்னாடி அவர் திருநெல்வேலி ரேடியோவில வேலை பார்த்த பணத்தை வைச்சுதான் அதை மீட்டார்' என்கிறார் அவரது நண்பரான ஓய்வு பெற்ற ஆசிரியர் கோபாலன்.

ஊராட்சித்தலைவராக இருந்த காலக்கட்டத்தில் தென்கச்சியால் மகிழ்ச்சியான வாழ்க்கை கிடைக்கப் பெற்றவர்கள் பல பேர். அதில் ஒருவர் உள்ளூரைச் சேர்ந்த கந்தசாமி. விவசாயம் நொடித்துப் போய்விடவே மனம் நொந்துபோய் இருந்த அவரிடம், 'ஒரு ரைஸ் மில் வை நல்லா ஓடும்'னு தென்கச்சிதான் சொன்னார்.

▸ திருமணக் கோலத்தில்...

கோ. சுவாமிநாதன். பி.எஸ்சி. ([illegible])
தென்கச்சி - அஞ்சல்; [illegible]
திருச்சி மாவட்டம்.

இனிய நண்பர்களுக்கு,
வணக்கம் —
ஒரு நல்ல செய்தியை உங்களிடம்
தெரிவிப்பதில் மகிழ்ச்சியடைகிறேன்.
நான் திருமணம் செய்து கொள்ளப்
போகிறேன்.
தென்கச்சியில் எங்கள் இல்லத்தில்
18-6-70 வியாழக்கிழமை காலை
10-12 மணியளவில் திருமணம் நடை
பெறும்.
மணமகளின் பெயர் மகாலட்சுமி.
உங்கள் வருகையும் - வாழ்த்தும்
என்னைப் பெருமைப் படுத்தும்.
வருக.
அன்புள்ள —
கோ. சுவாமிநாதன்

▸ தென்கச்சியாரின் திருமண அழைப்பிதழ்

"1972ல் ரைஸ் மில் வைச்சேன். 6 கி.மீ சுத்துக்கு ஆட்கள் என் ரைஸ் மில்லைத் தேடித்தான் வந்தாங்க. இன்னைக்கு நான் நல்லா இருக்கேன்னா அதுக்கு காரணம் தென்கச்சிதான்" என்கிறார் கந்தசாமி.

விவசாயம், ஊர்ப்பணி என ஓடிக்கொண்டிருந்த சுவாமிநாதனுக்கு 'கால் கட்டு' போட முடிவு செய்தார் அவரது தந்தை. மகனை அழைத்து முடிவைச் சொன்னார். "சம்மதம்தான். ஆனா..." என்று இழுத்து, அப்பாவுக்கு ஒரு விநோத நிபந்தனை விதித்தார். அதாவது, ஊரில் இருக்கும் தாழ்த்தப்பட்டவர்கள் அனைவருக்கும் புதிய வேட்டி சேலை எடுத்துக் கொடுக்க வேண்டும் என்பதுதான் அது. கோவிந்தசாமியும் அப்படியே செய்வதாகச் சொல்லி திருமணத்திற்கு ஏற்பாடாயிற்று.

சொந்த உறவு முறையில் மட்டுமே திருமணம் என்ற கொள்கை உடையது தென்கச்சி பெருமாள் நத்தம். ஆகவே! கஞ்சனூரில் வசித்த தென்கச்சியின், அக்கா காசியம்மாள் மகள் மகாலட்சுமிதான் மணப்பெண் என்று முடிவாகி திருமணமும் கோலாகலமாக நடைபெற்றது. காங்கிரஸ் தலைவர் ஜி.கே.மூப்பனார் அந்த திருமணத்திற்கு வந்திருந்தது மட்டுமல்ல! தன் வீட்டுத் திருமணம் மாதிரி, வருகை தந்த ஒவ்வொருவரையும் அவரே வாசலில் நின்று வரவேற்றார். தென்கச்சியின் வாழ்வில் புது வரவாக மகாலட்சுமி வந்தார்.

ஊராட்சி மன்றத்தலைவர் பதவியோடு குடும்பத்தலைவர் என்ற பொறுப்பும் வந்தது. திருமணத்திற்குப் பிறகு பல குடும்ப வழக்குகளையும் பஞ்சாயத்து செய்திருக்கிறார் தென்கச்சி என்கிறார் அவரது பால்ய நண்பரான பாரதிசாமி.

ஒரு நிகழ்வை அவர் சொல்கிறார்.

"ஒரு நாள் இரவு 8 மணி இருக்கும். கீழக் குடிகாட்டைச் சேர்ந்த ஒருத்தர் வந்தார். தென்கச்சிக்கிட்ட தன்னோட பிரச்சனையைச் சொன்னார்.

'என்னோட மனைவி கன்னாபின்னான்னு என்னை உதைக்கிறா. அடிக்கிறா. நீங்க தான் வந்து அவளைத் திருத்தணும்' அப்படின்னார். 'சரி, நீ போ... காலையில வர்றேன்'னு தென்கச்சி சொன்னார். அந்த நபர் கேட்கலை தென்கச்சி வீட்ல இரவு தங்கவும் சம்மதிக்கலை. 'இப்பவே வந்து தீர்வு சொல்லணும்னு' அடம்பிடித்தார். அவரிடம் தென்கச்சி சொன்னார். 'நீ சொல்ற மாதிரி இப்ப நான் உன் வீட்டுக்கு வந்தா, உன் வீட்ல விழுற மாதிரியே என் வீட்டுல எனக்கு அடி, உதை விழும்' என்றார். வந்தவர் திரும்பிப் பாராமல் சென்றுவிட்டார்.

"தென்கச்சி எதையும் சீரியசாக எடுக்க மாட்டார். ஆனால், அவர் சீரியசாகி நான் ஒரு முறை பார்த்திருக்கிறேன். சாது மிரண்டால் காடு கொள்ளாது என்பார்களே. அப்படியொரு காட்சி அது"என்று விவரிக்கிறார் பாரதிசாமி. ஆதி திராவிடர் சமூகத்தைச் சேர்ந்த ஒருவருக்கு சாதிச்சான்றிதழ் தரவில்லை. இதைக் கேள்விப்பட்டு போய் அந்த ஆபீசரை மேசை மேல் இருந்த ரூல்தடியை எடுத்துட்டு அடிக்கப் போனார்" என்கிறார் பாரதிசாமி.

ஊர்த் தலைவராக இருந்த தென்கச்சி வானொலியில் வேலைக்குச் சேர்ந்தது ஏன்? ஒரே பதிலில் அவருக்கு வேலை கிடைத்தது எப்படி?

5 மூன்றை எட்டால் பெருக்கினால் 22

“எதுவுமே நம்ம கையிலே இல்லே சார்!”ன்னு சொல்லிக்கிட்டிருக்கிறவங்களும் உண்டு.

“எல்லாமே நம்ம கையிலேதான் சார் இருக்கு. மனுஷனாலே முடியாதது எதுவுமே இல்லை!”ன்னு சொல்லிக்கிட்டிருக்கறவங்களும் உண்டு! ஆனா உண்மை என்ன தெரியுமா?

இந்த பிரபஞ்சத்திலே நம்மை மீறின சக்தியும் கிடையாது! நமக்குக் கட்டுப்பட்டு இருக்கிற சக்தியும் கிடையாது! இந்தப் பிரபஞ்சமே ஒரு சக்தி. அதுலே நாமெல்லாம் ஒரு பகுதி!

இப்ப உதாரணத்துக்கு இதை எடுத்துக்குவோமே... ‘மரணம்’.

மனுஷன் மரணத்தை விரும்பறதில்லே... அதனாலே அது தன்னை மீறி நடக்கற ஒரு விஷயமா நினைக்கிறான்.

பிறப்பு ஒரு ‘தொடக்கம்’னோ சாவு ஒரு ‘முடிவு’ன்னோ சாதாரண மனிதர்கள் நினைக்கிறாங்க! ‘இறக்கறதும் பிறக்கறதும் தூங்கி முழிக்கிறது மாதிரி’ங்கறார் வள்ளுவர். இயற்கையின் நடைமுறை உயிர்களின் விருப்பத்துக்கெல்லாம் வளைஞ்சி குடுக்காது.

ஒரு தடவை எமதர்மராஜா இந்த பூலோகத்துக்கு வந்தாராம். ஒரு கல்யாணம் நடந்துக்கிட்டிருந்த வீட்டுக்குள்ளே நுழையறார். யாரைத் தேடிக்கிட்டு வந்திருக்காரோ, தெரியலே!

அந்த கல்யாண வீட்டு வாசல்லே கதவு ஓரமாக ஒரு எலி நின்னுக்கிட்டிருந்தது. எமன் அதைப் பார்த்தார்.

“நீ இங்கேயா இருக்கே?”ன்னு ஆச்சரியமா கேட்டார். கேட்டுட்டு அவர் பாட்டுக்கு போயிட்டார்.

எலி யோசிச்சிப் பார்த்தது. “எமன் நம்மைப் பார்த்து நீ இங்கேயா இருக்கே’ன்னு

ஆச்சரியமா கேட்டுட்டுப் போறாரே! அப்படின்னா நாம இந்நேரம் எமலோகத்துலே இருக்கவேண்டிய ஆளா?"ன்னு நினைச்சுது. எலிக்கு மரணபயம் வந்துடுச்சி. உடனே அழ ஆரம்பிச்சுட்டுது. வெளியே வந்து ஒரு மரத்தடியிலே உக்காந்து அழுதுக்கிட்டிருக்கு! அந்த நேரம் ஒரு பருந்து வந்தது.

எலியைப் பார்த்துட்டு கிட்ட வந்தது. "ஏன் அழுவுறே?"ன்னு கேட்டுது. எலி விஷயத்தைச் சொல்லிச்சி.

பருந்து சிரிச்சது... "கவலைப்படாதே! உனக்கு எதுவும் கெடுதல் வரணும்னா அது என்னாலேதான் வரணும்! நான் இப்பவே உனக்கு வாக்குறுதி தர்றேன். உனக்கு எந்த கெடுதலும் பண்ணமாட்டேன்! தைரியமா இரு!"ன்னுது.

"இருந்தாலும் எமன் திரும்பி வர்றப்போ என்னைத் தூக்கிக்கிட்டுப் போயிட்டா என்ன பண்றது?" ன்னுது எலி!

"அதுக்கும் ஒரு வழி இருக்கு! நீ உடனே புறப்படு... நான் உன்னைத் தூக்கிட்டுப் போயி பத்திரமா ஒரு இடத்துலே வச்சுடறேன்!"னது பருந்து. எலி புறப்பட்டுது.

பருந்து அதைத் தூக்கிட்டுப் போயி, ஒரு மலை உச்சியிலே, ஒரு பாறைக்குப் பின்புறமா ஒரு பொந்துலே எலியை பத்திரமா விட்டுட்டு திரும்பி அந்த கல்யாண வீட்டுக்கே வந்து சேர்ந்தது.

அந்த சமயத்துலே எமன் வெளியே வந்துகிட்டிருந்தார். கதவு ஓரமாக இருந்த எலியைத் தேடினார். காணலே!

அப்போ அந்த பருந்து சிரிச்சிக்கிட்டே எமன் கிட்ட வந்து, விஷயத்தைச் சொல்லிச்சி.

இதைக் கேட்டதும் 'அப்பாடா'ன்னு பெருமூச்சு விட்டார் எமன்!

அப்புறம் சொன்னார். "அதானே பார்த்தேன்... இன்னைக்கு இந்த நேரத் துலே அந்த எலிக்கு, மலை உச்சியிலே, பாறை மறைவுல இருக்கிற ஒரு பூனையாலே மரணம் ஏற்படணும்னு இருக்கு. அதுதான் 'நீ இங்கேயா இருக்கே'ன்னு கேட்டேன். இந்நேரம் அங்கே கதை முடிஞ்சிருக்கும்!" அப்படின்னார் எமர்தர்மராஜா. இதுலேயிருந்து என்ன தெரியுதுன்னா இயற்கையோட கணக்கு எப்பவும் சரியாகவே முடியுங்கறதுதான்.

சுவாமிநாதனின் வாழ்விலும் இயற்கை அதன் கணக்கைப் போட்டது. எல்லாம் சரியாக போய்க்கொண்டிருந்தபோது, அவரது தந்தை கோவிந்தசாமி திடீரென மறைந்தார். நாட்கள் வாரங்களாகி... மாதங்களாயின. 1977ம் ஆண்டில் ஒரு நாள் தென் கச்சியின் சித்தப்பா மகன் பாலு தினசரி பத்திரிக்கையுடன் வந்தார்.

திருநெல்வேலி வானொலி நிலையத்திற்கு 'பி.எஸ்.சி அக்ரி' படித்தவர்கள் தேவை என்று அதில் விளம்பரம் செய்யப் பட்டிருந்தது. சும்மா எழுதிப்போடுவோமே என்ற எண்ணத்தில் அந்த வேலைக்கு விண்ணப்பித்தார் தென்கச்சி. அடுத்த சில நாட்களில் அழைப்பு வந்தது.

அந்த நேர்முகத்தேர்வை நேரில் பார்த்தவர் வி.நாகூர் மீரான். இவர் திருநெல்வேலி வானொலியில் வேளாண்மை நிகழ்ச்சிகளைத்

தொகுத்து வழங்கிக்கொண்டிருந்தார். 37 ஆண்டுகளுக்கு முன்பு நடந்த அந்த நிகழ்வை விவரிக்கிறார் நாகூர் மீரான்.

"அப்போது திருநெல்வேலி வானொலி நிலைய அலுவலகம், பாளையங்கோட்டை சமாதானபுரம் ஜான்ஸ் கல்லூரிக்குச் சொந்தமான கட்டிடத்தில் தற்காலிமாக செயல்பட்டுவந்தது. காலை 10 மணி. அலுவலகத்தில் பண்ணை இல்ல ஒலிபரப்பு பிரிவு அறைக்குள் நுழைகிறேன். பண்ணை வானொலி அலுவலர் துகிலி சுப்பிரமணியனின் மேசைக்கு எதிரே உள்ள நாற்காலியில் ஒருவர் உட்கார்ந்திருந்தார். அரைக்கை கதர்சட்டை, வேட்டி, கையில் ஒரு 'பைல்' மற்றும் பழைய பத்திரிகை ஒன்றில் சுருட்டி மடக்கப்பட்ட பார்சல் இருந்தது. மிக அமைதியாக, அறைக்குள் நுழையும் என்னையும் கூட திரும்பிப் பாராமல் அமர்ந்திருந்தார்.

நானே வலியச் சென்று அவரது முகத்தைப் பார்த்தேன். 'நீங்கள் யார்? யாரைப் பார்க்க வேண்டும்' என்ற கேள்விக்கு துகிலியின் நாற்காலியைக் காண்பித்து 'இவரைப் பார்க்க வேண்டும் ' என்று பதில். சில நிமிடத்தில் எனக்கு 'தேநீர்' வருகிறது. அவரை நோக்கி 'தேநீர் சாப்பிடுகிறீர்களா?' என்கிறேன். அவர் தட்டவில்லை. 'சரி' என்கிறார். அந்த பதில் எனக்கு ஆச்சர்யமாகத்தான் இருந்தது" என்கிறார் நாகூர் மீரான்.

துகிலி சுப்பிரமணியன் வந்தபிறகு சுவாமிநாதனிடம் நேர்முகத் தேர்வு தொடங்குகிறது. 'ஒரே கேள்வி - ஒரே பதில்... உடனே அப் பாயின்மென்ட்' அந்த நேர்முகத் தேர்வு இப்படித்தான் நடந்தது.

கேள்வி: பி.எஸ்.சி வேளாண்மை படித்திருக்கிறீர்கள். பெரிய அளவில் விவசாயம் செய்யலாமே! எதற்காக இந்த வேலைக்கு வந்திருக்கிறீர்கள்?

பதில்: சார், செய்வது கஷ்டம்... சொல்வது ஈசி. அதனால்தான்!

தென்கச்சிக்கு திருநெல்வேலி வானொலியில் பண்ணை இல்ல ஒலிபரப்பு நிகழ்ச்சியில் உதவி ஆசிரியராக வேலை கிடைத்தது. நாகூர் மீரானுடன் இணைந்து பணியாற்ற வேண்டும். தனக்கு வேலை கிடைத்த நாளை தென்கச்சி ஒரு பேட்டியில் சொல்லியிருக்கிறார்.

"ஊரில் விவசாயம் செய்து கொண்டிருந்தபோது செய்தித்தாளில் ஒரு விளம்பரம் பார்த்தேன். திருநெல்வேலி விவசாய ஒலிபரப்புக்கு ஆள் தேவை. விவசாயம் படித்தவராக இருக்க வேண்டும். விவசாயத்தில் அனுபவம் உள்ளவராக இருக்க வேண்டும். வயது 35க்குள் இருக்க வேண்டும். இப்படியாக இருந்தது அந்த விளம்பரம். அப்போது எனக்கு 34 வயது. வெள்ளைத் தாளில் விண்ணப்பித்தேன். எனக்கு அதிக சிரமம் இன்றி அந்த வேலை கிடைத்தது. காரணம், எனக்குப் போட்டியாக யாரும் வரவில்லை. இது தவிர விவசாயம் படித்தவர்கள் யாரும் அப்போது

வேலை இல்லாமல் இல்லை. இது எனக்கு வசதியாகப் போனது'' என்கிறார் தென்கச்சி.

தென்கச்சியாரின் மனைவி மகாலட்சுமி

வேலை கிடைத்ததும் தென்கச்சிக்குத் திரும்பிய சுவாமிநாதன், விவசாய நிலங்கள் அனைத்தையும் குடும்பத்தாரைக் கவனிக்கச் சொல்லி விட்டு, தனது மனைவி, மகளுடன் திருநெல்வேலிக்கு கிளம்பினார். அப்போது தென்கச்சியின் மகள் செந்தமிழ்ச்செல்விக்கு இரண்டரை வயது. சிறிய வயதிலேயே இறந்து போன தனது சகோதரியின் பெயரை மகளுக்கு வைத்திருந்தார். ஒரு டிரங்கு பெட்டி, 2 பை, ஒரு சூட்கேசுடன் நெல்லைக்கு கிளம்பியது தென்கச்சியின் குடும்பம். பாளையங்கோட்டை சமாதானபுரத்தில் ஒரு வாடகை வீடு.

மகள் செந்தமிழ்ச்செல்வி

தற்போது நவக்கிரகத் தலங்களில் ஒன்றான தஞ்சை மாவட்டம் கஞ்சனூரில் அம்மா மகாலட்சுமி, கணவர் தமிழரசன், மகன் நவீன் ஆகியோருடன் வசிக்கும் செந்தமிழ்ச் செல்வியால் அந்த இனிய நாட்களை மறக்க முடியவில்லை...

“என்னை, அப்பா தமிழ்வழி பள்ளிக் கூடத்தில்தான் சேர்த்துவிட்டாங்க. அப்பா எப்போதும் ஒரு விஷயத்தில் உறுதியா இருப்பாங்க. அதாவது பிள்ளைங்க நடந்துபோற தூரத்துலத்தான் பள்ளிக்கூடம் இருக்கணும். கடைசி வரைக்கும் நான் அப்படித்தான் படிச்சேன். பிளஸ்டூ வரைக்கும் நான் அப்பா கூட நடந்துதான் பள்ளிக்கூடம் போவேன். அவங்க விரலைப் புடிச்சுகிட்டே நடப்பேன். எட்டு வயசு வரைக்கும் என்னை அவங்க முதுகில் தூக்கி வைச்சுப்பாங்க. கிட்டத்தட்ட 10 வருஷம் நாங்க திருநெல்வேலியில இருந்தோம். வாரத்துக்கு ஒரு தடவை சினிமாவுக்கு போயிடுவோம். பெரும்பாலும் சிவாஜி படமா இருக்கும். ஜங்ஷன்ல விருதுநகர் ஓட்டல்னு ஒன்னு. அங்கதான் சாப்பிடுவோம்.

அப்பாவுக்கு கடைசிவரை சைக்கிளோ, மோட்டார் சைக்கிளோ ஓட்டத் தெரியாது. தேவையின்றி, வாடகைக் காரும் பிடிக்க மாட்டாங்க. எல்லாமே நடைபயணம்தான். விட்டா பஸ்

அல்லது ரெயில்" என்கிற செந்தமிழ்ச்செல்வி, தென்கச்சியின் 'இன்று ஒரு தகவல்' ஒன்றை இன்று வரை கடைப்பிடித்து வருகிறார்.

''வாழ்க்கையில, எல்லாத்திலேயும் 'பெர்பக்ஷன்' எதிர்பார்க்கக்கூடாது. எப்படி இருக்கோ, அப்படியே ஏத்துக்கிட்டு வாழப் பழகிக்கணும். நிறை, குறைகளை பெரிசாக்கக்கூடாதுன்னு அப்பா சொல்வாங்க. அதுக்கு ஒரு கதையும் சொல்வாங்க .

"ஒரு நேர்முகத் தேர்வு நடந்தப்போ 10 பேர் வந்திருந்தாங்களாம்! கேள்வி இதுதான்... மூன்றை, எட்டால் பெருக்கினால் விடை என்ன? 22ன்னு விடை சொல்லிட்டுப் போனான் ஒருத்தன். வீட்டுக்கு போன பிறகுதான் அவனுக்கு தெரிஞ்சுது. 'அய்யய்யோ' அவசரத்துல தப்பா சொல்லிட்டு வந்துட்டோமேன்னு!

மறுநாள் காலையில வந்த வேலை அனுமதிக் கடிதத்தை பார்த்துட்டு அவனுக்கு ஆச்சர்யம். நேரா அந்த அலுவலகத் துக்குப் போய், 'நான் தப்பா விடை சொன்னேன். நீங்களும் தப்பா அனுமதிக் கடிதம் அனுப்பிட்டீங்க' அப்படின்னான். இல்லப்பா! சரியாகத்தான் அனுப்பியிருக்கிறோம். நேர்முகத் தேர்வுக்கு வந்தவங்க எல்லார்கிட்டேயும் இதே கேள்வியைத்தான் கேட்டு இருந்தோம். உன் பதில்தான் கிட்டத்தட்ட நெருங்கி வந்துச்சு. மத்தவங்க பத்து, எட்டுன்னு பதில் சொன்னாங்க அப்படின்னாங்களாம்..."

அப்பாவோட இன்று ஒரு தகவல்ல இதை மட்டும் நான் தவறாம கடைப்பிடிச்சுகிட்டு வர்றேன். அப்பாவைப் போலவே யார்கிட்டேயும் கோபப்படாம இருக்கவே ஆசைப்படறேன்' என்று சொல்லும்போதே கண் கலங்குகிறார் செந்தமிழ்ச்செல்வி.

ரொம்ப நல்லவர்களாக இருப்பவர்கள், வேலையில் வல்ல வர்களாக இருப்பதில்லை. ஆனால், தென்கச்சி வேலையிலும் வல்லமை மிகுந்தவராக இருந்தார். அதிலும் மற்றவர்களிடம் இருந்து மாறுபட்டு சிந்தித்தது அவரது தனிச்சிறப்பானது.

தினமும் காலையில் நடைபெறும் 30 நிமிட உழவர் நிகழ்ச்சியில் தென்கச்சியும், நாகூர் மீரானும் சேர்ந்து பேசியபடி, நகைச்சுவை யால் கலாய்த்து, இடையே ஒரு படப்பாட்டு ஒலிபரப்பாகும். உழவுத் தொழில் செய்யாதவர்கள் கூட அந்த உரையாடலை தவறாது கேட்கத் தொடங்கிவிட்டார்கள். ரேடியோ நேயர்களிடம் ஒரு வித உற்சாகம் ஏற்படுத்திய அந்த நிகழ்வில் உழவர்களுக்கான அறிவிப்பை வித்தியாசமாக வாசிக்கத் தொடங்கினார் தென்கச்சி.

அந்த நாட்களைப்பற்றி மனம் திறக்கிறார் தென்கச்சியுடன் இணைந்து பணியாற்றிய வி.நாகூர் மீரான்.

"தென்கச்சியாரின் சொல்வண்ணமும், எழுத்து வண்ணமும் சேர்ந்து பண்ணை இல்ல ஒலிபரப்பை மின்ன வைத்தன. உரையாடல் களில் நாங்கள் இருவருமே பங்கேற்போம். எல்லாவற்றையும் நகைச்

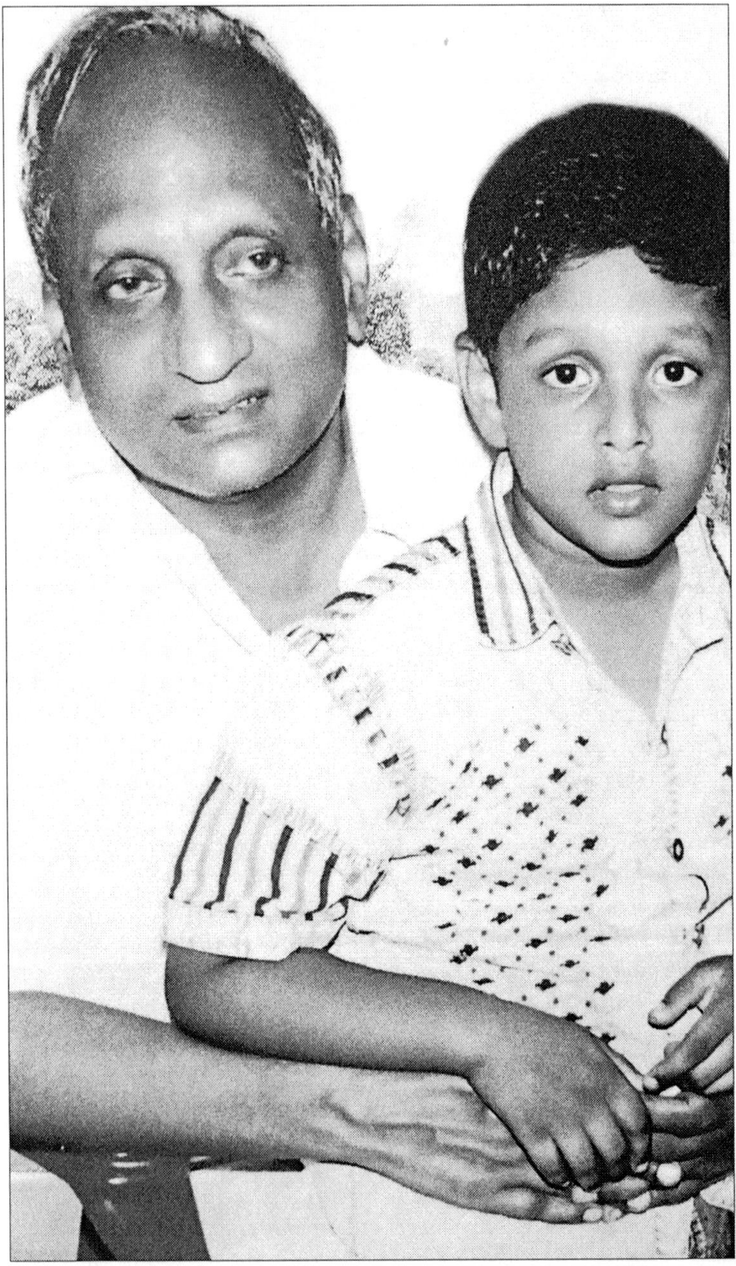

▸ பேரன் நவீன் உடன்...

தமிழ் படித்தாரா?

தென்கச்சி வெண்பா புனைவதிலும் தேர்ச்சி பெற்றிருந் தார். இத்தனைக்கும் அவர் தமிழ்ப் புலவர் அல்ல. வேளாண்மையில் இளங்கலைப் பட்டம் பெற்றவர். ஆயினும் தமிழ் மீது அவர் கொண்டிருந்த பற்று, ஆர்வம் தான் அவரைத் தமிழில் வெண்பா இயற்றும் அளவிற்கு தேர்ச்சியுறச் செய்திருந்தது.

சுவையுடன் கூடிய உரையாட லாகமாற்றியது அவர்தான். இந்த உரையாடலுக்கென்றே தனி நேயர் கூட்டம் உருவாகியது.

அதுமட்டுமில்லாமல், விவசாயிகளுக்கு பளிச்சென புரிகிற மொழியில் அவர் அறிவிப்புகளை வெளியி டும் அழகே தனி. அதாவது '10 லிட்டர் தண்ணீரில், ஒரு லிட்டர் கரைசலைச் சேர்க்க வும்' என்று அதுவரை தொழில் நுட்பரீதியில் சொல்லப்பட்டு வந்த தகவலை, 'ஒரு வாளி தண்ணீரில் ஒரு 'மக்' கரைசலைச் சேர்க்கவும்' என எளிமையாக சொன்னார். விவசாயத்தில் கரை கண்ட பக்கத்துவீட்டுப் பெரியவர் சொல்வதைப் போல அமைந்த அவரது அறிவிப்புகள், பெரும் வரவேற்பைப் பெற்றன.

ஓ.பி என்று சொல்லப்படும் வெளிப்புற ஒலிப்பதிவுக்கு பெரும் பாலும் இருவரும் இணைந்தே செல்வோம். அவர் ஒலிப்பதிவு செய்வார். நான்தான் பெரும்பான்மையான கேள்விகளைக் கேட்பேன். இருவரும் இணைந்தே எடிட்டிங் பணிகளைச் செய் வோம். அலுவலக நாட்களில் காலை 9 மணி முதல் மாலை 6 மணி வரை பிரிந்து செயல்பட்ட நாளே இல்லை எனலாம்.

அகில இந்திய வானொலி 'ஆகாஷ் வாணி' விருதுக்காக நான் 16 முறை பண்ணை இல்ல ஒலிபரப்பின் சார்பில் உரைச்சித்திரம் தயாரித்து அனுப்பி இருந்தேன். அதில் 3 முறை விருதும் கிடைத்தது. அத்தனையிலும் தென்கச்சியின் கருத்துக்களும், பாடலும் இடம் பெற்று இருக்கும்.

வேலையில் மட்டுமல்ல; தனிப்பட்ட முறையிலும் அபார சக்தி படைத்தவர். யாருடைய மனச்சோர்வையும் போக்கும் மந்திரவாதி அவர்" என்று சொல்லும் நாகூர் மீரான் நெருங்கிய நண்பர்களாக குற்றாலம் சென்று எண்ணெய் தேய்த்து குளித் தது, பிரானூர் பார்டரில் பரோட்டா சிக்கன் சாப்பிட்டது, திரையங்குகளில் சினிமா பார்த்தது என மகிழ்ச்சியான நாட்களை நினைத்து மனம் நிறைகிறார்.

திருநெல்வேலி வானொலி நிலையத்தில் தென்கச்சி பணியாற்றியபோது அவருடன் இணைந்து வேலை பார்த்தவர் களில் ஒருவர் சுப.செல்வம். வானொலியின் முதல் பெண் அறி விப்பாளர் என்ற பெயருக்குச் சொந்தக்காரரான சுப.செல்வம்

▸ தென்கச்சியுடன் சுப.செல்வம்

தற்போது ஓய்வு பெற்று திருச்சியில் வசிக்கிறார்.

அண்மையில் ஒரு முறை, திருநெல்வேலி நெல்லையப்பர் கோயில் வாசலில் உள்ள புத்தகக்கடையில் தென்கச்சி எழுதின புத்தகம் ஒன்றை வாங்கினாராம் சுப.செல்வம். அப்போது நீங்க தென்கச்சி ரசிகரா? என கடைக்காரர் கேட்டிருக்கிறார். 'இல்லை, அவர் எங்க அண்ணன்' என்று செல்வம் சொன்னவுடன், படாரென கடைக்காரர் எழுந்து நின்று அந்தப் புத்தகத்தைக் கொடுத்திருக்கிறார். அவ்வளவு மதிப்புக்குரியவர் எங்க தென்கச்சி அண்ணா" என்று சொல்லும் சுப.செல்வத்தை தென்கச்சி, 'என் தங்கச்சி குரங்கே' என்றுதான் அழைப்பாராம்!

"பணியின்போது அத்தனை பாசமாக இருந்தார். பிற்காலத்தில் புகழின் உச்சத்திற்குப் போன பின்னும் எந்த பந்தாவும் இல்லாமல், என் மகள் திருமணத்திற்கு வந்து, வாழ்த்திட்டு போனார்.

"இன்று முதல் தோசைக்கு சீனி இல்லைன்னு ஒரு ஓட்டல்ல அறிவிப்பு செஞ்சாங்களாம்! முதல் தோசைக்கு சீனி இல்லாட்டி என்ன? ரெண்டாவது தோசைக்கு தரவேண்டியதுதானேன்னு வாடிக்கையாளர் சண்டை போட்டாராம்" - கலைவாணரின் இந்த நகைச்சுவையை அண்ணா ரொம்ப ரசிச்சு சொல்வார் " என்கிறார் சுப.செல்வம்.

உடன் பணியாற்றியவர்களின் அன்பைப் பெற்ற தென்கச்சி நெல்லை வானொலியில் செய்த அதிரடி என்ன? அங்கிருந்து அவர் சென்னைக்கு மாற்றப்பட்டது ஏன்?

6 அமைதியாக இருந்த அனுமார்!

இசையே ஒரு மருந்துன்னு சொன்னா நீங்க நம்புவீங்களா? நம்ப மாட்டீங்க... சொல்றவங்களை சந்தேகமா பார்ப்பீங்க!

இசை விருந்துன்னு சொல்றதுதான் நம்ம பழக்கம். ‘இசை மருந்து’ன்னு சொன்னாலும் அதிலே தப்பில்லை. இசைன்னா ஏதோ ஒருத்தர் பாட இன்னொருத்தர் தலையாட்டிபுட்டு போற சமாச்சாரம் மட்டுமில்லே. அதுலே நிறைய விஷயம் அடங்கியிருக்கு.

‘காஞ்சிப்பண்’ பாடினா புண்ணுலாம் சீக்கிரமா ஆறிப்போயிடும்’னு சங்க கால புலவர்கள் பாடியிருக்காங்க. ‘அவங்களுக்கென்ன ஏதோ ஒரு ‘மூடு’லே அப்படி பாடிட்டு போயிட்டாங்க’ன்னு நினைக்கலாம். ஆனா இப்போ டாக்டர்கள் சொல்றத பார்த்தா, அவங்கெல்லாம் அனுபவத்தைத்தான் சொல்லிருக்காங்க போல இருக்கு.

பம்பாயிலே ஒரு டாக்டர். ரமாகாந்த் அப்படின்னு பேரு. இசை மூலமா இதய நோய குணப்படுத்திலாமுன்னு சொல்றார். சும்மா சொல்லல. அப்படி அவர் குணப்படுத்தின நோயாளிகளைக் காண்பிச்சி ஆதாரப்பூர்வமா சொல்றார். இது மட்டுமில்ல... ஆஸ்துமா, காசநோயாளிகளையும் இசையால குணப்படுத்த முடியும்முன்னு நிரூபணமாயிருக்காம்.

பொதுவா நமக்கு வர்ற வியாதிகளுக்கும் மனசுக்கும் ஏதோ சம்பந்தம் இருக்கு. இசையைக் கேட்கறப்போ மனசு லேசாகுது. மனசுக்கு இதமா இருக்கு. அதனாலே வியாதி குணமாகிறதுக்கும் இசை காரணமாயிருக்கும் போல.

கடவுளை வணங்குறப்போ கண்ணை மூடிக்கிட்டு சில பேரு பாடறாங்களே, எதுக்காக? கடவுள் இவரு பாட்டை ரொம்ப ரசிச்சுக் கேக்கிறார்ங்கறத்துக்காகவா? இவரு பாடறது இவருக்கே மருந்தாகுது! அதுதான் காரணம்.

எந்த மதத்தைச் சேர்ந்தவங்களா இருந்தாலும் அவங்க வேண்டுதலை,

இசை ரூபமாகத்தானே சொல்றாங்க... மதம் பிடிச்ச யானை கூட இசை கேட்டு மதிமயங்கி நின்றதாக அகநானூறுல சொல்லியிருக்காங்க. மயிலும் பாம்பும் பகை, யானையும்– சிங்கமும் பகை, மானும் புலியும் பகை. ஆனா இதெல்லாம் புல்லாங்குழல் இசை கேட்டு பகை மறந்து மகிழ்ச்சியா கூடியிருந்துச்சின்னு பெரிய புராணத்தில சொல்லியிருக்காங்க... அப்படின்னா இசைக்கு உள்ள சக்தி எப்பேர்பட்டதுன்னு பாருங்க..!

இசை குறித்த அரிய செய்திகளோடு தகவல் சொன்ன தென்கச்சி, வாழ்நாள் முழுதும் இசையின் மீது ஆர்வம் கொண்டிருந்தார். திருநெல்வேலி வானொலியில் பணியேற்ற சில நாட்களிலேயே அவர் செய்த மாற்றம் மிகப்பெரிய ஆச்சர்யத்திற்குரியது. நிகழ்ச்சியின் இடையே வரும் ஒரு படப் பாடலை மாற்றிவிட்டு, தனது கவித்திறமையால் தொழில்நுட்ப அறிவுரைகள் நிறைந்த மெல்லிசைப் பாடல்களை மெட்டமைத்து, புகழ்பெற்ற பாடகர்களைக் கொண்டு பாடவைத்து, மெல்லிசையாக ஒலிபரப்பும் புதிய பாணியைத் தொடங்கி வைத்தார். இசையும் பாடலுமாக தங்களுக்குத் தேவையான செய்திகள் கிடைத்ததை வானொலி நேயர்கள் மகிழ்ச்சியோடு வரவேற்றனர்.

1977 முதல் 1984 வரையிலும் நெல்லை வானொலி நிலையத்தின் பண்ணை இல்ல ஒலிபரப்புப் பிரிவில் பணியாற்றிய கால கட்டத்தில் தென்கச்சி சுவாமிநாதன் பல வானொலி நாடகங்களையும் எழுதினார். 'கண்ணீரில் நனைகிறாள்', 'ஜன்னலில் ஒரு கவிதை' போன்ற நாடகங்களைக் குறிப்பிட்டுச் சொல்லலாம் !

பிரபல நகைச்சுவை நடிகர் தங்கவேலுவுக்கும், தென்கச்சி சுவாமிநாதனுக்கும் நட்பு ஏற்பட்டது இந்தத் திருநெல்வேலியில் தான். 'டணால்' தங்கவேலுவுக்கு சொந்த ஊர் திருநெல்வேலி. அவர் ஒரு முறை ஊருக்கு வந்தபோது, அவரை பேட்டி எடுப்பதற்காக வானொலி சார்பில் தென்கச்சியை அனுப்பினார்கள்.

▸ நாகூர் மீரான்

தனது முதல் சினிமா அனுபவத்தை தங்கவேலு சொல்லும் போது 'அனுமார் வேடம் போட்டு என்னை ஒரு ஸ்டூலில் நீண்ட நேரம் உட்கார வைத்து விட்டார்கள்' என்று கூறி இருக்கிறார்.

அப்போது இடைமறித்த தென்கச்சி, தங்கவேலு பாணியிலேயே 'அடடா, அது ரொம்ப சிரமமான விஷயமாச்சே' என்றாராம்!

'அடடே.... என்னை மாதிரியே பேசுறீங்களே' என்று சிரித்தாராம் தங்கவேலு.

தென்கச்சியின் இந்த சந்திப்பு மறக்க முடியாத ஒன்றாகும்! காரணம், நடிகர் தங்கவேலு மறைந்த பிறகு, அவர் ஏற்கனவே நடித்திருந்த 'பெரிய மருது' படத்திற்கு அவரது குரலில் டப்பிங் பேச தென்கச்சியைத்தான் அழைத்திருந்தார்கள்.

அப்போது தென்கச்சி, நான் தங்கவேலை முதன் முதலாக சந்தித்தபோது 'அடடே, என்னை மாதிரியே பேசுறீங்களே' என்றார். இப்போது அவருக்காக பேசும் நிலை வந்திருக்கிறதே' என்றாராம்!

திருநெல்வேலி வானொலி நிலையத்தில் தென்கச்சி பணி யாற்றியபோது நேயர்களால் மறக்க முடியாத சம்பவமும் ஒன்று உண்டு. ஒருநாள்.. மாலை வேளையில் தொலைபேசி அழைப்பு...

'ஹலோ, ரேடியோ ஸ்டேஷனா?'

'ஆமாங்க...'

"நான் டீன் பேசுறேன்.. பாளையங்கோட்டை ஹை கிரவுண்ட் ஆஸ்பத்திரியில இருந்து, ஒரு முக்கியமான விஷயம்.."

"சொல்லுங்க டாக்டர்?"

"கொஞ்ச நேரத்துக்கு முன்னாடி ஒரு ஆக்சிடெண்ட் நடந்து போச்சி!"

"எங்கே டாக்டர்?"

"பாளையங்கோட்டை ரயில்வே கிராசிங் தாண்டி கொஞ்ச தூரத்திலே!"

"பெரிய விபத்தா டாக்டர்?"

"ஆமாம். வடநாட்டு சுற்றுலா பஸ் ஒண்ணும் லாரியும் மோதிக் கிட்டதுல டிரைவர் உள்பட கொஞ்சம் பேர் அந்த இடத்தி லேயே இறந்துட்டாங்க. அடிபட்டு உயிருக்கு போராடிக்கிட்டு இருக்கிறவங்கள எல்லாம் இங்க கொண்டு வந்து சேர்த்திருக்கிறாங்க. இந்த நேரத்திலே உங்களால ஒரு உதவி..."

"சொல்லுங்க டாக்டர். எங்களால முடிஞ்சது எதுவா இருந்தாலும் செய்றோம்!"

"வேற ஒண்ணுமில்லே... இப்ப எங்ககிட்டே வந்து சேர்ந்திருக் கிறவங்களுக்கெல்லாம் உடனடியா ரத்தம் செலுத்தியாகணும்..."

"சரி..."

"ஆனா, போதுமான ரத்தம் இப்ப 'பிளட் பேங்க்'ல இல்ல. பொது மக்கள் யாராவது வந்து ரத்தம் கொடுத்தா இவங்கள்லாம் பிழைச்சுக்குவாங்க. இது சம்பந்தமாக நீங்க ரேடியோவுல ஒரு அறிவிப்பு கொடுக்க முடியுமா?"

"இப்பவே நாங்க அதுக்கு ஏற்பாடு செய்றோம். நீங்க மத்த வேலை களை கவனிங்க..."

வானொலி நண்பர்கள் உடனடியாக செயலில் இறங்கினார்கள். அந்த சமயத்தில் திரைப்பட இசை ஒலிபரப்பாகிக்கொண்டிருந்தது.

▸ மனைவி, மகளுடன் தாஜ்மகால் முன்பு தென்கச்சி

அவசரம் அவசரமாக அறிவிப்பு ஒன்று நாலு வரியில் எழுதப்பட்டது.

"நேயர்களே! ஒரு முக்கிய அறிவிப்பு, சற்று முன் நேர்ந்த விபத்தினால் பாதிக்கப்பட்டவர்களைக் காப்பாற்ற ரத்தம் தேவைப்படுகிறது. ரத்த தானம் செய்ய விரும்புகிறவர்கள் உடனடியாக பாளையங்கோட்டை மருத்துவமனைக்கு விரைந்து செல்லுமாறு கேட்டுக்கொள்கிறோம்..."

ஒலிபரப்பாகிக் கொண்டிருந்த பாடலை நிறுத்தி இடையே இந்த அறிவிப்பை வாசிக்கிறார். ஒரு முறைக்கு இரு முறை வாசிக்கப்படுகிறது. மறுபடியும் படப்பாடல்கள் தொடர்கின்றன.

இருபது நிமிடம் கடந்த பின் மறுபடியும் ஒரு அழைப்பு. இன்னும் 2 பாடல்களை ஒலிபரப்ப நேரம் இருக்கும்போது இந்த அழைப்பு வருகிறது.

"ஹலோ..."

"சார், மறுபடியும் ஹை கிரவுண்ட் ஆஸ்பத்திரியில் இருந்துதான் பேசுறோம். நீங்க உடனே இன்னொரு அறிவிப்பு செய்யணும்..."

"என்ன சொல்லணும், சொல்லுங்க டாக்டர்?"

"தயவுசெய்து மேற்கொண்டு யாரும் ஹை கிரவுண்ட் ஆஸ்பத்திரிக்கு ரத்ததானம் செய்ய வரவேண்டாம்னு சொல்லணும்..."

"என்ன ஆச்சு டாக்டர்?"

"ரேடியோ அறிவிப்பை கேட்டுட்டு ஏகப்பட்ட பேர் ரத்தம் கொடுக்க இங்கே வந்துட்டாங்க. கூட்டத்தை எங்களால சமாளிக்க

முடியலே! அவ்வளவு பேர்கிட்ட ரத்தம் கலெக்ட் பண்ணவும் இங்க வசதி இல்ல. ப்ளீஸ்!"

மறுபடியும் வானொலி அறிவிக்கிறது.

'இனி யாரும் அங்கே செல்லத் தேவையில்லை என்பதை நன்றியோடு தெரிவித்துக்கொள்கிறோம்...'

இதற்கு மறுநாள் நடைபெற்றதை தென்கச்சி ஒரு பேட்டியில் இப்படிச் சொல்லியிருக்கிறார்.

"நாங்கள் மருத்துவமனைக்குப் போனபோது அங்கே படுக்கையில் இருந்தவர்கள் எங்களைப் பாசத்தோடு பார்த்தார்கள். அதற்கு மொழி ஒரு தடையாக இல்லை. ஊடகங்கள் சமுதாயத்திற்கு எப்படி பணியாற்ற வேண்டும் என்பதற்கு இது ஒரு முன்னுதாரண நிகழ்ச்சி."

தென்கச்சியின் இத்தனை திறமைகளுக்கும் தக்க பரிசு கிடைக்காமல் போகுமா என்ன? 2.1.1985 அன்று ஆசிரியராக பதவி உயர்வு பெற்று சென்னை வானொலிக்கு இடம் மாற்றம் செய்யப்பட்டார். அந்த மாற்றம் அவரது வாழ்வைத் தலைமேலாக புரட்டிப் போட்டது. தென்கச்சி சென்னை வந்த தொடக்ககால நிகழ்வுகளை 'வானொலி அண்ணா' கூத்தபிரான் பேட்டி ஒன்றில் விவரித்திருந்தார்.

"நான் அப்போ சென்னை வானொலியில வேலை பார்த்துகிட்டு இருந்தேன். தென்கச்சி நேராக என் அறைக்கு வந்தார். 'நான் உங்களோட பரம விசிறி'ன்னார். நான் சொன்னேன். 'அட நீங்க வேற, நான்தான் உங்களோட விசிறி'ன்னேன்.

▸ கூத்தபிரான்

அப்ப அவர் கையில 'கோகுலம்' புத்தகம் வைச்சிருந்தார்.

அவர் சொன்னார், 'இதுல நீங்க ஒரு கதை எழுதியிருக்கீங்க. இந்தக் கதைய விட வேற ஒரு ஆள் நல்ல கதையா எழுதினா, நான் உங்க விசிறி இல்லேன்னுட்டு போயிடறேன்'னார். அதிலிருந்து எங்க நட்பு பலமானது. தென்கச்சியார் முதன் முதலா மேடை ஏறி பேசினது எப்போ தெரியுமோ? சொல்றேன் கேளுங்க..

ஒரு தடவை மாணவர் மன்றத்துல இருந்து என்னைப் பேசக் கூப்பிட்டிருந்தாங்க. அந்த சொற்பொழிவுக்கு நீங்களும் வந்து பேசுங்கன்னு தென்கச்சியாரைக் கூப்பிட்டுக்கிட்டு போனேன். முதல்ல மறுத்தார். பிறகு சம்மதிச்சுட்டார். உண்மையிலேயே சொல்றேன் அந்த மேடையில என்னோட பேச்சு எடுபடலை. தென்கச்சியார் பேச்சுக்குத்தான் பலத்த கைத்தட்டல்.

ஆபீஸ்ல இருக்கும்போது தினமும் 5 தடவையாவது சந்திச்சு பேசுவோம். அதே மாதிரி நான் எங்கே கிளம்பினாலும். நானும்

▸ வீட்டு பூஜை அறையில் இப்போது...

கூட வர்றேன்பார். சின்னக் குழந்தைங்க கேட்கிற மாதிரி. அப்ப 'நவபாரதி'ன்னு ஒரு நாடகக் குழுவை நடத்திக்கிட்டு இருந் தேன். கொல்கத்தாவில் ஒரு நாடகம். அதுக்காக கிளம்பினோம். வழக்கம் போல இவரும் கூடவே வர்றேன்னார். சரின்னு அழைச் சுகிட்டு போனேன். ரெயில்ல போகும்போது திடீர்னு கேட்டார் 'ஏம்ப்பா நாடகத்துல எனக்கும் ஒரு வேஷம் குடேன் நடிக்கிறேன்' அப்படின்னார்.

நானும் யோசிச்சிட்டு ஒரு கேரக்டர் சொன்னேன். அதா வது, காட்சிப்படி 2 மனநோயாளிகள் மருத்துவமனையில் இருந்து தப்பிச்சு போயிடறாங்க. வார்டுபாய் ஓடோடி வந்து எங்கிட்ட சொல்றான். புத்தி சுவாதீனம் இல்லாத ரெண்டு பேர் ஆஸ்பத்திரியில இருந்து ஓடிப்போயிட்டாங்க அப்படிம்பான்.

நான் அப்ப உங்ககிட்டே கேட்பேன், 'இப்ப என்ன பண்றது? நீங்க 'வாங்க நாம தேடிப் பார்ப்போம்' அப்படின்னு சொல்லணும்' சரியான்னேன்.

'சரிண்ணே! ஜமாய்ச்சுடறேன்'னுட்டார்.

ரிகர்சல் எல்லாம் பார்த்தோம். 'டயலாக்கை மறந்துட மாட்டீங்களே?' அப்படீன்னேன்.

'இல்ல.. இல்ல... எப்படி ஜமாய்க்கிறேன்னு பாருங்க'ன்னார்.

கொல்கத்தாலே அப்ப தேர்தல் நேரம். எங்க பார்த்தாலும் வால் போஸ்டர், பிரசாரம்னு களைகட்டி இருந்தது. தென்கச்சியாரும், நானும் மேடை ஏறினோம். காட்சிப்படி 2 மனநோயாளிகள் தப்பிச் சென்றுவிட, நான் இவரிடம் கேட்கிறேன் 'இப்ப என்ன பண்றது?'

தென்கச்சியார் டயலாக் பேச வேண்டிய சீன். அவர் பேசினார்..

'வாங்க உடனடியாகத் தேடிப் பிடிப்போம். இல்லேன்னா..

எங்க வீட்டுக்கு வருவாரா?

தமிழ் கூறும் நல்லுலகம் முழுக்க தென்கச்சி பிரபலமான காலத்திலும் சொந்த பந்தங்கள், நண்பர்களின் உணர்வுகளுக்கு பெரும் மதிப்பளிப்பவராக திகழ்ந்தார். தென்கச்சியின் அக்கா மணிமேகலையின் தோழி ஒருவர், 'அக்கா, தென்கச்சியாரை எங்க வீட்டுக்கு கூப்பிட்டா வருவாரா' என்று ஆர்வமுடன் கேட்டிருக்கிறார்.

தன் வீட்டுக்கு வந்த தம்பியிடம் இதனை மணிமேகலை சொல்லியிருக்கிறார். 'அதுக்கென்ன, பார்த்துட்டா போச்சு'ன்னு சொல்லிட்டு அக்காவைக் கூப்பிட்டுக்கொண்டு அந்த வீட்டுக்கு போயிட்டார். அது மட்டுமில்ல! அவரே பாய் எடுத்து போட்டு, உட்கார்ந்துகிட்டு காபி வாங்கி குடிச்சுட்டு வந்தார்.

அந்த வீட்டுப் பெண்மணிக்கும் குடும்பத்தாருக்கும் தலை, கால் புரியாத மகிழ்ச்சி. இப்படி எளிமையின் வடிவமாக இருந்து பலருக்கு இன்ப அதிர்ச்சி கொடுப்பதை வாடிக்கையாக வைத்திருந்தார் தென்கச்சி. தனக்கு கிடைத்த புகழ், பிரபலம் எதையும் கடைசி வரை தலையில் ஏற்றிக்கொள்ளாதவராகவே அவர் வாழ்ந்தார்.

அவங்க தேர்தலுக்கு நாமினேஷன் தாக்கல் பண்ணப் போனாலும் போய்டுவாங்க.'

இந்த டயலாக் முடிஞ்சதும் கூட்டம் கை தட்டுச்சு பாருங்க. என் நாடகத்துக்கு கிடைச்ச மிகப்பெரிய கைத்தட்டல் அது. நாடகம் முடிஞ்சு நான் கேட்டப்ப தென்கச்சியார் சொன்னார்..

'நான்தான் முன்னாடியே சொன்னேன்லே ஜமாய்ச்சுடுவேன்னு.. உனக்குப் புரியலயா?'ன்னார். இப்படி அவரை நினைச்சு பார்க்கிறதுக்கு என்கிட்ட ஏகப்பட்ட காட்சிகள் இருக்கு" என்கிற கூத்தபிரான் தொடர்கிறார்....

"கொல்கத்தா காளியைப் பாரக்கணும்ட்டு ரெண்டுபேரும் போனோம்! ஒரே கூட்டம். உள்ளே நுழைய முடியல. சரி, கொஞ்சம் காத்திருப்போம்னு முடிவெடுத்து எங்க செருப்புகளைக் கழற்றி ஓரமா வெச்சுட்டு நின்னோம்.

வர்றவங்க, போறவங்க என்ன நினைச்சுட்டாங்கன்னா, இவங்க செருப்பைப் பாதுகாக்கிறவங்கன்னு நினைச்சுக்கிட்டு, எங்க முன்னாடியே செருப்பைக் கழட்டிப் போட்டுட்டு போக ஆரம்பிச்சுட்டாங்க. சில பேர் காசும் கொடுத்தாங்க. வேண்டாம்னுட்டோம். நீண்ட நேரம் கழிச்சு கூட்டம் குறைய ஆரம்பித்தது. சரி, இப்ப போய் தரிசனம் பண்ணலாம்னு அவரை அழைச்சேன். 'தரிசனம் எல்லாம் அப்பவே கிடைச்சாச்சு.. இந்த செருப்புகளை இவ்வளவு நேரம் நின்னு பாதுகாத்தோமே அதுதான் தரிசனம். வா, போகலாம்'னு திரும்ப அழைச்சுட்டு வந்துட்டார். அவர் மனசுல அப்படியொரு தங்கம். என்னைப் பொருத்த

வரைக்கும் தென்கச்சியார் மனச்சோர்வு இல்லாத மனிதர். ஏதாவது செய்துகிட்டே இருப்பார்.. ஆரம்பத்துல நாங்க ரெண்டு பேர்தான் நண்பர்களாக இருந்தோம். பிறகு மூவர் ஆனோம். ஆமா! எங்க ஆபீஸ்ல வேலை பார்த்துகிட்டு இருந்த சக்தி சீனிவாசனும் எங்ககூட ஒருத்தராயிட்டார். எங்கே போனாலும் மூணு பேரும் சேர்ந்துதான் போவோம்.

எங்க மூணு பேரையும் பார்த்து அங்க இருக்கிற சில பெண் ஊழியர்கள் 3 குரங்குகள்னு கிண்டல் செய்வாங்க.. ஒருமுறை நான் தென்கச்சியார்கிட்ட சொன்னேன். இப்படி நம்மளப் பார்த்து அடிக்கடி குரங்குன்னு கிண்டலடிக்கிறாங்களே ! நாம திருப்பி கேட்க வேண்டாமா? அதுக்கு தென்கச்சியார் சொன்னார்.. நாம திருப்பி கேட்டோம்ன்னா, ஏதாவது வாழைப்பழத்தை வாயில குடுத்திடப் போறாங்க... இப்படி 'டைமிங்'கிற்கு ஜோக் அடிப்பார். அந்தளவுக்கு எல்லாவற்றையும் எளிதாக எடுத்துப்பார்.

நகைச்சுவை மட்டுமில்லை; தத்துவத்திலேயும் அவரை மிஞ்ச முடியாது. பாண்டிச்சேரி அன்னை சொன்ன ஒரு விஷயத்தை அவர் சொன்னார். அது எனக்கு ரொம்ப புடிச்சிருந்தது.

'உனக்கு நோய் இருக்குன்னு ஒரு டாக்டர் சொல்லலாம். தப்பில்லை. ஆனால், உனக்கு நோய் இல்லேன்னு நீ நம்பினால் அதுதான் சரி. அதாவது உனக்கு கேன்சர் இருக்குன்னு டாக்டர் சொன்னா அது நோய்தான். அதே சமயம் உனக்கு கேன்சர் இல்லைன்னு நீ நினைச்சா, நிச்சயமா உனக்கு நோய் இல்லை'

எவ்வளவு பெரிய தத்துவம் பாருங்க!

ஒரு சமயம் 5 ரூபாய் தபால் தலை ஒண்ணு வைச்சுக்கிட்டிருந்தேன். அப்ப தென்கச்சியார் வந்தார். 'கையில என்ன'ன்னு கேட்டார். சொன்னேன்.. 'எனக்கு வந்த தபால்ல இந்த 5 ரூபா ஸ்டாம்பு இருந்துச்சு. அதுல சீல் குத்தலை, அதனால திரும்ப யூஸ்' பண்ணப் போறேன்' அப்பபடின்னேன்.

தென்கச்சியார் அந்த ஸ்டாம்ப்பை வாங்கினார். கிழிச்சு போட்டுட்டார். நம்மால அரசாங்கத்துக்கு லாபம் இருக்கணுமே தவிர, நஷ்டம் இருக்கக்கூடாதுன்னார். ஓர் அரசாங்க ஊழியரா, அவரோட மனசைப் பாத்தீங்களா?

15 வருஷம் நான் அவரோட பழகியிருக்கிறேன். நிச்சயமா, என் வாழ்க்கையிலே ரொம்ப மகிழ்ச்சியான நேரம்னா.. அது தென்கச்சியாரோட இருந்ததுதான்" என்கிறார் கூத்தபிரான் மிக உற்சாகமாக சிரித்தபடியே!

சென்னை வானொலிக்கு மட்டுமல்ல; தென்கச்சிக்கும் மிகப் பெரிய திருப்புமுனையாக அமைந்த சம்பவம் எது? எரிந்து விழும் மேலதிகாரிகளைச் சமாளிக்க சக ஊழியர்களுக்கு அவர் சொன்ன வழி என்ன?

7 சிவாஜி கணேசனின் ஆசை

பொழுது விடிஞ்சி, பொழுது போனா எத்தனையோ பேர்கிட்ட நாம பேச வேண்டியிருக்கு; பழக வேண்டியிருக்கு!

சொந்தக்காரங்க, அக்கம் பக்கத்துலே இருக்கறவங்க, ஆபீஸ்ல கூட வேலை பார்க்கறவங்க, வீட்டுல வேலை செய்யுற ஆயா, காய்கறி விக்கிற அம்மா... இப்படி எத்தனையோ பேர்கிட்ட பேசி, பழக வேண்டியிருக்கு!

அவங்க அவங்களுக்குத் தகுந்த மாதிரி - பேசி பழகுறது ஒரு கலை. அப்பத்தான் எல்லாரும் நம்மகிட்ட பிரியமா இருப்பாங்க... அதுக்குப் பதிலா அடுத்தவங்கிட்ட போய் நின்னு, ‘என் பேர்லே நீ கொஞ்சம் பிரியமா இரு!’ன்னு கேட்கப்பிடாது. நீங்க நடந்துக்கிறத பார்த்து அவங்களா உங்கள விரும்பணும். சரி... எப்படி நடந்துக்கிறது?

இனிமையா பேசற தன்மை, அடக்கமான குணம், உதவுற மனப்பான்மை, பெருந்தன்மை இந்த குணங்கள் எல்லாருக்கும் பிடிக்கும். நமக்கு ஒருத்தர பிடிக்கலேன்னா, அதுக்கு முக்கிய காரணம், ‘அவரு நம்மள மதிக்கலே’ங்கிற குறையாத்தான் இருக்கும். அதனாலே மத்தவங்க மதிக்கிற அளவுக்கு நடந்துகிட்டா எல்லாருக்கும் பிரியம் ஏற்படும். இன்னொருத்தர்கிட்டே உள்ள எந்த குணம் நமக்குப் பிடிக்கலையோ, அந்த குணம் நம்மகிட்டே இல்லாம பாத்துக்கணும்.

நாம பேசறப்போ அதை மத்தவங்க கேக்கணும்ன்னு ஆசைப்படறோமில்ல... அதே மாதிரிதானே அவங்களுக்கும் இருக்கும். அதனாலே மத்தவங்க பேசறத காது கொடுத்து கேளுங்க... அதேபோல நல்லத பாராட்டுற குணத்தை வளர்த் துக்குங்க... இன்னொரு விஷயம் எல்லாருக்குமே தன்மானம் உண்டு. அதை உரசிப் பார்க்கிற மாதிரி பேசக்கூடாது... இதெல்லாம் கடைபிடிச்சா எல்லார் மனதிலும் இடம் புடிக்கலாம்.

மற்றவர்களுக்குச் சொன்ன மனசில் இடம் பிடிக்கும் கலையை அப்படியே தன் வாழ்வில் தென்கச்சி பின்பற்றியதாக சொல்கிறார் அவரது சென்னை நண்பர்களில் ஒருவரான என்.சி.ஞானப்பிரகாசம். இவரும் வானொலி நேயர்களுக்கு நன்கு பரிச்சயமானவர்தான். கூத்தபிரானுக்கு பிறகு இவருக்கு 'வானொலி அண்ணா' என்ற பட்டப்பெயர் கிடைத்தது.

"தமிழ் சினிமாவில் எப்படி ரஜினிகாந்த்தை 'சூப்பர் ஸ்டார்' என்று சொல்கிறார்களோ, அப்படி வானொலியில் சூப்பர் ஸ்டார் என்றால், அது ஒரே ஆள்தான்... தென்கச்சியார்" என்கிறார் ஞானப்பிரகாசம். பண்பலையில் நீண்டகாலம் 'சினிமா நேரம்' நிகழ்ச்சியை வழங்கியவர், தற்போது ஓய்வில் இருக்கிறார்.

"முதன்முதலா தென்கச்சியாரைச் சந்திக்கும்போதே பிரமிச்சு போயிட்டேன். 'என்னடா இப்படியும் ஒரு மனிதரா?'

நான் சென்னை வானொலியில் இருக்கிறேன். இவர் மாறுதலாகி சென்னைக்கு வருகிறார். உங்களால ஒரு உதவி வேணும்னு கேட்டார். அதாவது அலுவலகம் பக்கத்திலேயே ஒரு சாதாரண பள்ளிக்கூடத்துல மகள் செல்விக்கு சீட் வாங்கித் தரணும் என்றார்.

நான் சாந்தோம், மயிலாப்பூர் பகுதிகள்ல பல பெரிய பள்ளிக்கூடங்கள் பேரைச் சொல்லி 'சீட் வாங்கிடலாம்' என்கிறேன். 'இல்லே! ஆடம்பரமும், வீண்செலவும் வேண்டாம்'னுட்டார். அந்த முதல் சந்திப்பிலேயே என் மனதில் இடம் பிடித்துவிட்டார் தென்கச்சியார்.

எங்க ஆபீஸ்ல ஒரு குடிகார ஊழியர் இருந்தார். குடிச்சுட்டு ஆபீசுக்கு வருவார். அவரைத் திட்டிப் பார்த்தாங்க. சஸ்பெண்ட் செஞ்சாங்க. என்ன செய்தும் அவர் திருந்தலை. தென்கச்சியாரைக் கண்டா அந்த ஆள் மரியாதையா இருப்பான். ஒரு கட்டத்துல தென்கச்சியார் எங்கே போனாலும் அவனையும் கூட கூட்டிக்கிட்டு போயிடுவார். அந்த ஆளுக்கு தென்கச்சியாருடன் இருக்கிறதால தண்ணியடிக்க முடியாது. இப்படியே போய் கடைசியா அந்த ஆளை அரசு இல்லத்துல சேர்த்து, முழுமையா குடியில இருந்து மாத்திட்டார். இப்படியொரு சமூக சேவகரை நீங்கள் பார்த்திருக்கிறீர்களா?

வானொலியில் என்னோட சினிமா நேரம் ஆறரை வருஷம் ஓடிச்சு. இந்த பேரு வைச்சதே தென்கச்சியார்தான். நான் 60 டைட்டில் எடுத்துக்கிட்டு போய் அவர்கிட்டே காண்பிச்சேன். அவர் ஒரு

▸ என்.சி.ஞானப்பிரகாசம்

வீட்டுக்குத் தெரியாத தகவல்!

வானொலியில் 'இன்று ஒரு தகவல்' சொல்லும் செய்தி, தென்கச்சியின் வீட்டில் உள்ளவர்களுக்கு ரொம்ப நாட்களுக்குத் தெரியாது. 'வழக்கமான வேலையைச் செய்கிறோம். இதிலே பெரிசா சொல்லிக்க என்ன இருக்கு?' என்ற மனநிலையில் 'இன்று ஒரு தகவலைப் பற்றி யாரிடமும் அவர் தம்பட்டம் அடித்துக்கொள்வதில்லை. இரண்டரை ஆண்டுகள் கழித்து, அந்த நிகழ்ச்சி பெரும் வரவேற்பைப் பெற்ற காலத்தில் வீட்டுக்கு வந்த பெண் ஒருவர், 'இன்று ஒரு தகவலுக்கு தான் தீவிர ரசிகை' என்று கூறினார். அதன் பிறகே தென்கச்சி அப்படி ஒரு நிகழ்ச்சி செய்வது குடும்பத்தாருக்குத் தெரிந்தது. அதே போல தென்கச்சியின் மகள் தமிழ்ச் செல்வி, சென்னை மயிலாப்பூரில் படிக்கும்போது, 10ம் வகுப்பில் முதல் மாணவியாக தேர்ச்சி பெற்றார். அப்போதுதான் அவர் தென் கச்சி சுவாமிநாதன் மகள் என்பதே எல்லோருக்கும் தெரியவந்தது.

கேள்விதான் கேட்டார்.

'நீ எதைப் பத்தி பண்ணப்போறே?'

'சினிமாவைப் பத்தி!'

'உனக்கு நேரம் நல்லா இருக்கு. பேசாம 'சினிமா நேரம்'னு வை' என்றார். 60 டைட்டிலையும் தூக்கி தூரப்போட்டுட்டேன்.

பொதுவா சில மேலதிகாரிகள் எரிஞ்சு விழுவாங்க. அந்த மாதிரி சமயத்துல சில ஊழியர்கள் இவர்கிட்டே வந்து சொல்வாங்க. இவர் எப்படி ஆறுதல் சொல்வார் தெரியுமா?

'என்ன இருந்தாலும் உங்களை அவர் இப்படி திட்டியிருக்கக் கூடாது. இதுக்கு நாம ஏதாவது பதிலுக்கு செஞ்சாகணும். வாங்க ஒரு டீ குடிச்சிட்டு யோசிப்போம்'னு கூட்டிகிட்டு போவாரு..

டீயைக் குடிச்சு முடிச்சிட்டு கொஞ்ச நேரத்துல சந்திப்போம்னுட்டு போயிடுவார். நாமளும் 'என்னடா இது... ஒரு முடிவும் சொல்லாம போயிட்டாரே'ன்னு பொறுத்திருந்து பார்த்து, மறுநாள் வந்து கேட்டா சொல்வாரு..

'இன்னைக்கு உங்க மனசுல நேத்து இருந்த மாதிரி கோபம் இல்லையே! உங்க கோபத்தைக் குறைக்கிறதுக்குத்தான் டீ குடிக்க அழைச்சுக்கிட்டு போனேன். அந்த ஆள் பேசினா பேசிட்டு போகட்டும். அவருக்கு என்ன பிரச்சனையோ விட்ருங்க...' என்பார். இவர்தான் தென்கச்சியார்" என்று சிலாகித்த ஞானப்பிரகாசம், தன்னால் மறக்கவே முடியாத ஒரு நிகழ்வையும் சொன்னார்.

"ஒரு தடவை எனக்கு பணக்கஷ்டம். மாசக் கடைசி... நேரா அண்ணாச்சிகிட்டே போனேன். விவரத்தை சொன்னேன். 'அப்படியா'ன்னு கேட்டுட்டு நாளைக்கு வாங்க'ன்னுட்டார். மறுநாள்

ஒரு தங்கச் சங்கிலியை எடுத்துக் கொடுத்தார்.

அது அண்ணியாரோட சங்கிலி. குடுத்துட்டு சொன்னார்... 'யாருகிட்டேயும் கடன் வாங்கவும்கூடாது. யாருக்கும் கடன் கொடுக்கவும்கூடாது.'

இன்னைக்கு வரைக்கும் நான் அதை கடைப்பிடிச்சுகிட்டு வர்றேன். தங்கச்சங்கிலியை எடுத்துக் குடுக்கிறார்னா, இவரை விடவும் அந்த அம்மாவுக்கு எவ்வளவு பெரிய மனசு பாருங்க?" என்கிறார் என்.சி.ஞானப்பிரகாசம்.

தென்கச்சி சென்னை வானொலிக்கு வந்து இரண்டு ஆண்டுகள், ஆறு மாதங்கள் உருண்டோடிவிட்டன. அப்போது சென்னை வானொலி நிலையத்திற்கு புதிய இயக்குநராக கோ.செல்வம் மாற்றலாகி வந்திருந்தார். கோவை, ஐதராபாத் போன்ற ஊர்களில் பணியாற்றிய செல்வம்தான், தென்கச்சியை புகழேணியின் உச்சியில் ஏற்றிய 'இன்று ஒரு தகவல்' நிகழ்ச்சிக்கு விதை போட்டவர். அந்த நாட்களை உவகையுடன் நினைவுகூர்கிறார் செல்வம்...

"நான் எந்த வானொலி நிலையத்திற்குச் சென்றாலும், ஏதாவது புதுவகை நிகழ்ச்சியை அறிமுகப்படுத்துவது வழக்கம். அந்த வகையில் சென்னை வானொலியிலும் புது நிகழ்ச்சி பற்றி யோசித்துக் கொண்டிருந்தேன். அப்போது ஏற்கனவே திருநெல்வேலியில் நான் பார்த்த தென்கச்சி சுவாமிநாதன் சென்னை வானொலிக்கு வந்திருந்தார். முதல்முறை அவரை நான் நெல்லையில் பார்த்ததே ஒரு சுவாரசியம்தான்.

மூன்று மாதத்திற்கு ஒருமுறை சென்னை, திருச்சி, மதுரை, புதுச்சேரி, கோவை என அனைத்து வானொலி நிலையத்தாரும் ஏதாவது ஒரு நிலையத்தில் ஒன்றுகூடி கருத்துக்களைப் பரிமாறிக் கொள்வது வழக்கம். அப்படித்தான் கோவையில் பணியாற்றிய நான், திருநெல்வேலியில் நடந்த கூட்டத்திற்கு சென்றிருந்தேன்.

கூட்டம் முடிஞ்சு அறையை விட்டு வெளியே வந்தப்போ, நிகழ்ச்சி ஒலிப்பதிவு கூடத்துல ஒரு விவசாயியுடன், ஒருவர் நேர் முகம் கண்டுகொண்டிருந்தார். நிகழ்ச்சி அலுவலர் உழவு, உரம், விதை, விளைச்சல் விற்பனை பற்றி அடுக்கடுக்காக கேள்விகள் கேட்க, அந்த விவசாயி எடக்கு மடக்காக பதில் சொல்லிக் கொண்டிருந்தார்.

நிகழ்ச்சியை நடத்திக்கொண்டிருந்தது தென்கச்சியார் என்பதை அறிந்தேன். அன்றைக்கே அவர் என் உள்ளம் கவர் கள்வன் ஆனார். 'மிகப்பெரிய தர்பார் நடந்துகிறீர்களே!' என்று அவரை அழைத்துப் பாராட்டிவிட்டு வந்தேன். சென்னையில் அவரைப் பார்த்ததும், 'ஏன்? தென்கச்சியார் என்ற பாம்பாட்டியை வைத்துக் கொண்டு ஒரு புதிய மகுடியை ஊதக்கூடாது' என்று நினைத்தேன்.

'ஒரு நல்ல கருத்தை, சொல்லுகிற மாதிரி சொன்னால்

ரகசியம் என்ன?

இன்று ஒரு தகவலின் வெற்றி குறித்து தென்கச்சியிடம் ஒரு முறை கேட்கப்பட்ட கேள்வியும் அதற்கு அவர் அளித்த பதிலும்...

கேள்வி: ஒரு சின்னஞ் சிறு குட்டிக் கதையை, ஒரு சிறுகதைப் போல் விரித்துச் சொன்னாலும், உங்களது ரசிகர்கள் பொறுமையாக ரசிக்கிறார்கள். இந்த வெற்றிக்குக் காரணம் உங்களுக்குள் இருக்கும் கதை சொல்லியா? உங்களது வசீகரமான, கனிவான குரலா?

பதில்: கதை கேட்கிற ஆர்வம் எல்லாருக்குமே உண்டு. ஆகவே எதைச் சொன்னாலும் அதை ஒரு கதை மாதிரி சொன்னால், ஆர்வத்துடன் கேட்க ஆரம்பிக்கிறார்கள். சிறிய கதையைப் பெரிய கதை மாதிரி சொன்னாலும் பொறுமையாகக் கேட்பதற்குக் காரணம், கடைசியில் ஒரு நகைச்சுவை வரும் என்கிற எதிர்பார்ப்பாக இருக்கலாம். மற்றபடி குரலில் வசீகரம், கனிவு என்பதெல்லாம் கேட்கிறவர்களின் மனதைப் பொறுத்தது. அழகாய் இருக்கிற பொருளை நீங்கள் விரும்புவதில்லை. நீங்கள் விரும்புகிற பொருள் அழகாய் இருக்கிறது. அவ்வளவுதான் விஷயம். கேட்கிறவர்கள் அல்லது வாசிக்கிறவர்களை ஒன்றை எதிர்பார்க்கச் செய்து விட்டு, அதற்கு நேர்மாறாக ஒன்றைச் சொல்கிறபோது சுவாரசியம் வந்து விடுகிறது.

நிச்சயம் நாலு பேர் கேட்பார்கள்' என்ற அடிப்படையில், எனக்கு அடுத்த நிலையில் இருக்கும் இயக்குனரான கோபாலகிருஷ்ணனை கலந்து ஆலோசித்தேன். அவர், தென்கச்சியாரை என் அறைக்கு அழைத்து வந்தார்.

இருவரும் பேசினோம். 'எனக்கு இது பெரிய பளுவாகத் தெரிகிறது. நீங்கள் சொல்கிற நிகழ்ச்சிக்கு தேவையான எந்த நூல்களும் நம்மிடம் இல்லை' என்றார். அன்று மாலையிலேயே அவரை 'ஹிக்கின் பாதம்ஸ்' புத்தகக்கடைக்கு அழைத்துச் சென்று 10 ஆயிரம் ரூபாய்க்கு புத்தகங்கள் வாங்கிக்கொண்டு திரும்பினோம்.

▸ கோ.செல்வம்

'இந்தப் புத்தகங்கள் எல்லாம் உங்கள் அறையிலேயே இருக்கட்டும். நான் தேவைப்படும்போது வந்து எடுத்துக் கொள்கிறேன்.' என்றபடியே அந்த நிகழ்ச்சிக்கு சம்மதம் தெரிவித்தார் தென்கச்சியார்.

1988 ஜூலையில் 'இன்று ஒரு தகவல்' அரங்கேற்றம் ஆனது. முதல்

வாரத்திலேயே கடிதங்கள் குவியத் தொடங்கிவிட்டன. 'நிகழ்ச்சியைத் தயாரித்து வழங்கும் முறை மிக அருமையாக இருக்கிறது' என்றும், 'இன்று ஒரு தகவல் கேட்டால் மனது சிலாக்கியமாகி விடுகிறது' என்று சொல்லியும் ஏராளமான கடிதங்கள் வந்தன.

1988 டிசம்பர் 31, நான் ஓய்வு பெற்ற நாள். திரும்பிப் பார்க்கிறேன், வானொலி வரலாற்றில் 'இன்று ஒரு தகவல்' மிகப்பெரிய மைல் கல்லாகிவிட்டது.

என் அறையில் அந்த நிகழ்ச்சிக்காக வாங்கிய புத்தகங்கள் அப்படியே இருந்தன. தென்கச்சியார் வந்து ஒரு புத்தகம் கூட எடுத்துச் செல்லவில்லை. தூசியையும், துரும்பையும் வைத்து தூணாகக் கட்டக்கூடிய ஒலிபரப்பு வல்லமையாளர் அவர்.

வாழைப்பழத்தில் ஊசி ஏற்றி வெற்றி கண்டவர். அவர் போல சொல் வல்லாரைத் தேடுகிறேன்" என மனம் உருகுகிறார் சென்னை வானொலி நிலைய முன்னாள் இயக்குநரான கோ.செல்வம்.

'இன்று ஒரு தகவல்' பிறந்ததைப் பற்றி தனக்கே உரிய பாணியில் தென்கச்சியும் பேட்டி கொடுத்திருக்கிறார்.

"சென்னை வானொலியில் 'இன்று ஒரு தகவல்' என்கிற நிகழ்ச்சி 1988ம் வருடம், ஜூலை மாதம், முதல் தேதி தொடங்கியது. அப்போது இயக்குநராக இருந்த கோ.செல்வம் அவர்கள் ஒருநாள் என்னைக் கூப்பிட்டு, 'இன்று ஒரு தகவல் என்கிற நிகழ்ச்சியை ஆரம்பிக்கிறோம்.

அதில் மக்களுக்குப் பயன்படக்கூடிய செய்திகளை நீங்கள் சொல்ல வேண்டும்' என்றார்.

'சார்... நான் ஒருவனே இதைத் தொடர்ந்து வழங்குவது கொஞ்சம் சிரமமாக இருக்கும் என்று தோன்றுகிறது' என்றேன்.

'நீங்க ஒரு மாதம் இதை வழங்கினால் போதும். அடுத்த மாதம் வேறொருவரிடம் இதை ஒப்படைக்கலாம்' என்றார்.

'அப்படியானால் சரி!' என்று ஆரம்பித்தேன். அதற்கப்புறம் வேறு யாரும் அந்தப் பொறுப்பை ஏற்க முன்வரவில்லை. இயக்குநரும் அதை வேறு யாருக்கும் மாற்ற விரும்பவில்லை. பணி நிறைவு பெறும் வரையில் 14 ஆண்டுகள் நாள்தோறும் தொடர்ந்து அதை நான் வழங்கும்படி ஆயிற்று. பல தரப்பினரும் விரும்பிக் கேட்டார்கள். அது நான் எதிர்பாராத ஒன்றுதான்!"

தென்கச்சியின் 'இன்று ஒரு தகவல்' தினமும் காலையில் ஒட்டு மொத்த தமிழக மக்களையும் கட்டிப்போட்டது. வி.வி.ஐ பிக்கள் முதல் கடைக்கோடி கூலித் தொழிலாளி வரை கேட்டார்கள், ரசித்தார்கள், சிரித்தார்கள், சிந்தித்தார்கள். இன்று ஒரு தகவலை நாள்தோறும் தவறாமல் கேட்டவர்களில் நடிகர் திலகம் சிவாஜி கணேசனும் ஒருவர். ஒருமுறை அவர் சிகிச்சைக்காக மருத்துவ மனையில் படுத்திருந்த போதுதான் இது மற்றவர்களுக்குத் தெரியும்!

மருத்துவமனையில் அனுமதிக்கப்பட்டிருந்த சிவாஜி கணேசன் முதல் நாள் காலையில் ரேடியோவை எடுத்துவரச் சொல்லி 'இன்று ஒரு தகவல்' கேட்டாராம்! அப்போது அருகில் இருந்தவரிடம் 'நாள்தோறும் இந்த நிகழ்ச்சியைக் கேட்கிறேன். ஆனால், இவரை நேரில் பார்க்க முடியவில்லை. பார்த்தால் அவரைப் போலவே நடித்துக் காட்டுவேன்' என்று கூறினாராம்!

நடிகர் திலகத்தின் மனதில் மட்டுமல்ல... 'இன்று ஒரு தகவலால்' தென்கச்சி இடம்பிடித்த இதயங்கள் எக்கச்சக்கம். அவரது கதைகள் நிறைய திரைப்படங்களில் நகைச்சுவைக் காட்சிகளாக வந்தன.

அவரோடு நெருக்கமான நட்புக் கொண்டிருந்த தமிழ் சினிமா ஜாம்பவான்கள் என்ன சொல்கிறார்கள்? தென்கச்சியின் கதைகள் எழுத்து வடிவம் பெற்றது எப்படி?

8 இது காலை நேரத்து மயக்கம்!

“சாப்பிடறது எப்படி? தூங்குறது எப்படின்னு நம் முன்னோர்கள் சில விஷயங்களைச் சொல்லி வச்சிருங்காங்க.. இது ரெண்டுக்கும் நமக்கு இன்னொருத்தர் சொல்லிக் கொடுக்க வேண்டிய அவசியமில்ல. இருந்தாலும் அவங்க என்ன சொல்றாங்க... பார்ப்போம்!

கை, கால் கழுவிட்டுத்தான் சாப்பிட உட்காரணுமாம்...

சாப்பிடறப்போ கோபம் வரப்பிடதாம்...

சாப்பிடறப்போ தேவையில்லாம பேசக்கூடாது... அவசரமா சாப்பிடக்கூடாது... எவ்வளவு அவசரமா இருந்தாலும் நின்னுக்கிட்டு சாப்பிடக்கூடாது... உட்கார்ந்து தான் சாப்பிடணும்!

பண்டிகை நாட்கள்லே எல்லாரும் ஒண்ணா உட்கார்ந்து சாப்பிடணும். வாழை இலையில சாப்பிடறது ரொம்பவும் நல்லது. தாமரை இலையைப் பின்பக்கம் சுத்தம் பண்ணிட்டு சாப்பிடலாம். மண்சட்டியில சாப்பிட்டா உடம்புக்கு குளிர்ச்சி... வெள்ளி - வெண்கலப் பாத்திரங்கள் உடல் சோர்வை நீக்கும். அலுமினியப் பாத்திரம் உடம்புக்கு நல்லதில்லையாம்.

இரவு ரொம்ப நேரம் கழிச்சி சாப்பிடக்கூடாது. இரவுலே கீரை, நெல்லிக்காய், முள்ளங்கி, தயிர் இதெல்லாம் வேணாம். ஆனா மிளகு, சீரகம் சேர்த்துகிறது நல்லது. இரவுலே பால்சோறு நல்லது. அதுவே பகல்ல வேண்டாம். காலை யில இஞ்சி, மத்தியானம் சுக்கு, இரவிலே கடுக்காய் சேர்ப்பது மருந்துக்கும் சாப்பாட்டுக்கும் பொருத்தம்.

சரி... சாப்பிட்டாச்சு! தூங்குறது எப்படி?

படுக்கையை நல்லா உதறிப் போடணும். வலது பக்கம் ஒருக்களிச்சு படுத்து காலை நீட்டிக்கிட்டு தூங்குறது சிறப்பு. இது ஆயுளை அதிகப்படுத்தும். வடக்கே தலை வைக்கக்கூடாது. இலவம்பஞ்சு தலையணை மூளையைப் பாதுகாக்கும்.

பருத்திப் பஞ்சு மன உளைச்சல், சலனம் உண்டாக்கும். ரப்பர் தலையணை நல்லதில்லை.

என்னதுக்கு இதையெல்லாம் வேலை மெனக்கட்டு சொல்லிக்கிட்டிருக்கேன்னு கேட்காதீங்க... புகழையும் பணத்தையும் பதவியையும் எவ்வளவு சேர்த்து என்னங்க பிரயோஜனம்? நிம்மதியா சாப்பிடணும்... நிம்மதியா தூங்கணும்! இது ரெண்டும் இல்லேன்னா, அது என்னங்க வாழ்க்கை?!

எங்க ஊர் பக்கத்துல ஒரு அம்மா! ரொம்ப நல்லா சமைப்பாங்க... வகை வகையா சமைச்சி, வாழை இலையில பரிமாறி வச்சுட்டு அவங்க வீட்டுக்காரரைச் சாப்பிடக் கூப்பிடுவாங்க... எப்படித் தெரியுமா?

'இதோ எடுத்து வச்சிருக்கேன்... வந்து கொட்டிக்க..!' - இத என்னன்னு சொல்ல?"

பயனுள்ள தகவல்களை வாழைப்பழத்தில் ஊசி ஏற்றுவது போல, மனதில் பதியும் வகையில் சொல்வது தென்கச்சியின் தனிச்சிறப்பு. அதனாலேயே அவருக்கு ரசிகராகி, நண்பரான வர்கள் ஏராளம். அவர்களில், நாள்தோறும் தவறாமல் 'இன்று ஒரு தகவல்' கேட்ட முக்கியமானவர் சினிமா தயாரிப்பாளர் ஏ.வி.எம்.சரவணன். அவர் சொல்கிறார்...

"வானொலியில் 'இன்று ஒரு தகவல்' நிகழ்ச்சியில் என்றைக்கு முதன்முதலாக தென்கச்சியின் குரலைக் கேட்டேன் என்று எனக்கு நினைவில்லை. ஆனால் என்று கேட்டேனோ அன்று முதல் தொடர்ந்து கேட்டேன் என்பது உண்மை. தனி வசீகரம் கொண்ட குரல் அது. அவருக்கு மட்டுமே அமைந்த வரம்.

என்னை மட்டுமல்ல, வீட்டில் என் மனைவியையும், பேரனை யும் கூட அவர் கவர்ந்திருந்தார். பேரன் சித்தார்த், சில வருடங்கள் லண்டனிலேயே தங்கியிருந்ததால் தமிழ் கொஞ்சம் சிரமப்பட்டுத் தான் புரிந்துகொள்ள முடியும். பின்னர் இங்கே வந்து தினமும் அவ னைக் காரில் நானே டிரைவ் பண்ணிக் கொண்டு போய் பள்ளியில் விடுவதற்காக காலை 7.30 மணிக்கு வண்டியை ஸ்டார்ட் செய்வேன். சரியாக 7.35க்கு 'இன்று ஒரு தகவலை' தென்கச்சி ஸ்டார்ட் செய்வார்.

அந்தக் குரலில் என்னைப் போலவே சித்தார்த்தும் மயங்கினான். ஆனால் அவர் சொல்வதைப் புரிந்துகொள்ள முடியாத நிலையில், நிகழ்ச்சி முடிந்ததும் அவர் சொன்னதை ஆங்கிலத்தில் மொழிபெயர்த்து சொல்லுமாறு கேட்பான். நானும் சொல்வேன்.

பெரியவர்களை மட்டுமல்லாமல், சிறியவர்களையும் கவர்ந்த வர் தென்கச்சி. அடிக்கடி அவருடன் போனில் பேசுவேன். நாளடைவில் நாங்கள் நல்ல நண்பர்களானோம். என் பாட்டி எனக்குப் பல கதைகள் சொன்னதுண்டு. நினைவுக்கு வரும்போ தெல்லாம் நான் அந்தக் கதைகளைத் தென்கச்சியாரிடம் பகிர்ந்து கொள்வேன். அவர் அதை தனக்கே உரிய பாணியில், நிகழ்ச்சி

▸ ஏ.வி.எம்.சரவணனுடன்...

யில் பயன்படுத்திக்கொள்வதுடன், 'இது என் நண்பர் சரவணன் என்னிடம் சொன்னது' என்று நிகழ்ச்சியிலேயே சொல்லியும் விடுவார். அப்படி அவர் பயன்படுத்தியவற்றில் ஒன்று இதோ...

'ஒரு கிராமம். ஒரு நாள் மழை கொட்டிக்கொண்டிருந்தது. இடியும், மின்னலுமாய் வானம் ருத்ரதாண்டவம் ஆடுகிறது. கிராமத்து மக்களுக்குப் பயமாகிவிடவே, அவர்களில் சிலர் பாழடைந்த மண்டபத்தில் பாதுகாப்பாக நின்றுகொண்டிருக்கிறார்கள்.

அருகே ஓர் ஒற்றைப் பனைமரம். ஒற்றைப் பனைமரத்தில் இடி விழும் என்பார்கள். ஆனால் இடி தொடர் முழக்கமாக இருக்கிறதே தவிர விழுந்தபாடில்லை. 'யாராவது ஒருத்தர் போய் மரத்தைத் தொட்டுப் பார்க்கலாம். இடி விழுகிறதா பார்ப்போம்' என்று ஒருவன் யோசனை சொல்கிறான்.

ஒருவன் போய் தொடுகிறான். இடி விழவில்லை. அடுத்து ஒருவன் போகிறான். இடி விழவில்லை. இப்படியே மண்டபத்தில் இருந்தவர்கள் ஒவ்வொருவராய்ப் போய் தொடுகிறார்கள். இடிமுழக்கம் தொடர்கிறதே தவிர விழவில்லை.

ஒரே ஒருவனை தவிர மற்றவர்கள் எல்லாம் மரத்தைத் தொட்டுவிட்டுத் திரும்பிவிட்டார்கள். அந்த ஒருவனுக்குப் பயம் வந்து விடுகிறது. தான் மட்டும்தான் பாக்கி. தொட்டு இடி விழுந்துவிட்டால் என்ன செய்வது? என்ற பயம். ஆனால் மற்றவர்கள் அவனை வலுக்கட்டாயமாய் பிடித்துத் தள்ளுகிறார்கள். அவனும் போய்

கின்னஸ் சாதனை முயற்சி

தொடர்ந்து, நாள் தவறாமல் வானொலியில் 14 ஆண்டுகள் கதை சொன்னது கின்னஸ் சாதனை என தென்கச்சியின் நண்பர்கள் சொன்னார்கள். இதற்காக கின்னஸ் அமைப்பை அணுகி, முறைப்படி அதற்கான அங்கீகாரத்தைப் பெறலாம் என்று தென்கச்சியிடம் வற்புறுத்தினார்கள். அவரோ, ''அதெல்லாம் வேணாங்க... வானொலி எனக்கு கொடுத்த சம்பளத்திற்கு வேலை செஞ்சேன். இதிலென்ன பெரிய சாதனை இருக்கு?" என்று வழக்கம் போல மறுதலித்துவிட்டார். அதனால், கின்னஸ் புத்தகத்தில் இடம்பெற வேண்டிய சாதனை, நிகழாமல் போய்விட்டது.

மரத்தைத் தொடுகிறான். உடனே இடி விழுகிறது. பனைமரத்தின் மீது அல்ல. பாழடைந்த அந்த மண்டபத்தின் மீது!' - இது என் பாட்டி எனக்கு சொன்னது.

அதை நான் ஒருமுறை தென்கச்சியிடம் சொல்ல அதை அவர் பாலிஷ் போட்டு, நேயர்களுக்குச் சொல்ல, ஏகமாய்ப் பாராட்டு" என்கிறார் ஏ.வி.எம் சரவணன்.

ஏ.வி.எம் சரவணன் போலவே தினமும் இன்று ஒரு தகவல் கேட்டவர்களில் ஒருவர், பிரபல திரைப்பட இயக்குநர் எஸ்.பி.முத்துராமன். ரஜினியை வைத்து 25 படங்களும் கமலை வைத்து 10 படங்களும் எடுத்த இவர், தென்கச்சியோடு நெருங்கிப் பழகவும் செய்தார். அவர் சொல்கிறார்...

"படம் எடுக்கும்போது நாங்கள் கதையைத் தேர்வு செய்து, அதற்கு திரைக்கதை அமைத்து, வசனம் எழுதி, படப்பிடிப்பை ஆரம்பிப்போம்.

இரண்டரை மணி நேரம் ஓடும் படத்திற்கு நாங்கள் செய்வது போல், தென்கச்சியார் ஐந்து நிமிடம் சொல்லும் தகவலுக்கு, முன்னுரை, தகவல், விழிப்புணர்வு, முடிவுரையில் ஒரு நகைச்சுவை பஞ்ச் (ரஜினியின் பஞ்ச் டயலாக் போல) என எல்லாம் சேர்த்து, கேட்போர் ரசிக்கும்படியும், ருசிக்கும்படியும் சொன்னார். அவரது தகவல் கேட்க வானொலியின் முன் மக்கள் காத்திருந்தனர்.

பெரிய மனிதர்கள் பலர், 'இன்று ஒரு தகவல்' நேரத்தில் இடையூறு இல்லாமலிருக்க டெலிபோன் ரிசீவரைக் கீழே எடுத்து வைத்து விடுவார்கள். இப்படிப்பட்ட ரசிகர்கள் இருந்ததால்தான் 14 வருடங்கள் 'இன்று ஒரு தகவல்' தொடர்ந்து ஒலிபரப்பாகியது. இது ஓர் அசாத்திய சாதனை" என்கிறார் எஸ்.பி.முத்துராமன்.

இத்தகைய சாதனைக்கு 'இன்று ஒரு தகவல்' வழங்கப்பட்ட விதமே காரணம் என்கிறார் கம்பன் கழகச் செயலாளரும்,

எஸ்.பி. முத்துராமன்

இலக்கிய வீதி அமைப்பின் நிறுவனரு மான இனியவன்.

"ஒரு கதையினூடே பிரச்சார பாணி யற்ற அறவுரைகள், சலிப்பூட்டாத அறிவுரைகள், அரிய பல செய்திகள், முத்தாய்ப்பாக ஒரு நகைச்சுவை என தகவலை வடிவமைத்து தென்கச்சி எல்லோரையும் ஈர்த்தார்.

தமிழறிஞர்கள், எழுத்தாளர்கள், தொழி லாளர்கள், அரசியல்வாதிகள் என எல்லாத் துறை பிரபலங்களும் தென்கச்சியாரின் ரசி கர்களாயினர். வானொலியில் பல நிகழ்ச்சி களைப் பின்னுக்குத் தள்ளி விட்டு இவரது நிகழ்ச்சி மட்டுமே முன் னிலை வகித்தது. படித்தவர்களும், பாமரர்களும் போட்டி போட்டுக் கொண்டு நேரில் வந்து தென்கச்சியாரைப் பாராட்டினார்கள். அந்த வரிசையில் நானும் ஒருவன்" என்கிறார் 'இலக்கிய வீதி' இனியவன்.

இனியவனைப் போலவே தென்கச்சியின் தகவலைப் பற்றியும் அதனை எழுத்து வடிவமாக்கி, அவர் தந்த விதம் குறித்தும் சிலாகிக் கிறார் பிரபல எழுத்தாளர் லேனா தமிழ்வாணன்....

"இன்று ஒரு தகவல் கொடிகட்டிப் பறந்த காலத்தில் நான் தென்கச்சியாரை அணுகினேன். 'வானொலி என்பது சக்தி வாய்ந்த ஊடகம்தான். மறுக்கவில்லை. ஆனால் ஒலியானது காற்றில் அந்தக் கணமே கரைந்துவிடும் தன்மைக் கொண்டது. அச்சு ஊடகம் அப்படி அல்ல. காலம் கடந்து நிற்பது. எனவே எழுத்து வடிவில் இன்று ஒரு தகவல் வரவேண்டும். அதுவும் கல்கண்டில் வரவேண்டும்' என்றேன்.

மறுக்காமல் ஒப்புக்கொண்ட தென்கச்சியார், பல காலம் விடாமல் எழுதினார். கட்டுரைகளை நான்கு நான்காகத் தபாலில் அனுப்பி அசத்துவார். இந்த வாரம் அச்சிற்கு எடுத்துக்கொள்ள சரியான நேரத்திற்கு வந்துவிடுமோ என்கிற தவிப்பையெல்லாம் தரவே மாட்டார். கையெழுத்து முத்து முத்தாக இருக்கும். அடித்தல், திருத்தல் இருக்காது. எடிட்டிங் என்ற பெயரால் இவர் எழுத்தில் கையை வைத்துவிட முடியாது.

தமிழ்த் தவறுகள் அடியோடு இராது. நேரடியாக அச்சிற்கு அனுப்பிவிடலாம். அவ்வளவு தெளிவு. சரியாக ஒரு பக்கத்தில் உட்கார்ந்துவிடும். நீளம் அதிகம்; மேட்டர் போதவில்லை என்கிற பேச்சிற்கே இடமில்லை. ஓர் ஒலி ஊடகத்தவருக்கு அச்சு ஊடகத்தைப் பற்றி எப்படி இவ்வளவு தெளிவும் தேர்ச்சியும் இருக்க முடியும் என நான் வியந்திருக்கிறேன். இன்று தமிழ்கூறும் நல்லுலக மெல்லாம் தென்கச்சியாரைப் படிக்க முடிகிறது என்றால் இந்த ஊடக மாற்றத்தை ஆரம்பித்து வைத்தவன் நான்தான் என்ற பெருமை

பாசக்கார ரசிகர்கள்

ஒரு முறை திண்டுக்கல்லில் தென்கச்சியின் நண்பர் ராமசாமி வீட்டுக்குச் சென்றபோது, இறைச்சி வாங்க அவருடன் தென்கச்சியும் கடைக்குச் சென்றார். அவரது தீவிர விசிறியான இறைச்சிக் கடைக்காரர் பிடிவாதமாக பணம் வாங்க மறுத்துவிட்டார். அந்த அளவுக்குப் பிரியமான ரசிகர்களை தென்கச்சி சம்பாதித்து வைத்திருந்தார். இதே போல சென்னை மடிப்பாக்கத்தில் தென்கச்சி வசித்த வீட்டுக்கு அருகில் உள்ள ஸ்டேண்டில் இருந்த ஆட்டோக்காரர்கள் சிலரும் அவர் மீது பாசம் கொண்டிருந்தனர். பல நேரங்களில் தென்கச்சியின் வீட்டுக்கு வரும் விருந்தினர்களிடம் பணம் வாங்கிக்கொள்ளாமலே இறக்கி விட்டுச் செல்வார்கள்.

ஒன்றுபோதும் எனக்கு" என்கிறார் லேனா தமிழ்வாணன்.

தென்கச்சியின் 'இன்று ஒரு தகவல்' மக்கள் மனதில் ஏகோபித்த இடம் பிடிக்க காரணம், தகவலின் கடைசியில் குபீரென சிரிக்க வைக்கும் அவரது ஒரு நிமிடக் கதைதான்! உலகில் வேறு ஒருவராலும் இப்படி நிமிட நேர சிரிப்புக் கதை சொல்ல முடியுமா? என்பது கேள்விக்குறியான ஒன்றுதான்!

சுவாரசியம் என்பதற்கு உதாரணமாகச் சொல்கிறார் தென்கச்சி...

"பள்ளியில் 'விபத்து' என்ற தலைப்பைக் கொடுத்து பத்து வரிகளில் ஒரு கட்டுரை எழுதச் சொன்னார் வகுப்பு ஆசிரியர். ஒரு மாணவன் எழுதிய கட்டுரை இது.

30 மாடிக் கட்டிடத்தின் மேல் மாடியில், வெளிப்புறமாக நின்று கொண்டு ஒருவன் வெள்ளையடித்துக்கொண்டிருந்தான். அவன் கால் நழுவிக் கீழே விழுந்தான். அதிர்ஷ்டவசமாக அப்போது தெருவில் ஒரு வைக்கோல் லாரி வந்து கொண்டிருந்தது. துரதிருஷ்டமாக அந்த வைக்கோலின் நடுவில் ஒரு கடப்பாரை செருகப்பட்டிருந்தது. அதிர்ஷ்டவசமாக அவன் அந்தக் கடப்பாரையில் விழவில்லை. துரதிர்ஷ்டவசமாக அவன் அந்த வைக்கோலிலும் விழாமல், தெருவில் விழுந்து செத்துப்போனான்..."

இப்படி தென்கச்சியின் கதைகளில் இருந்த கடைசி நிமிட சுவாரசியங்களுக்காகவே ரசிகர்கள் ஆனவர்கள் அதிகம். அவர்களில் பலர் தென்கச்சியை மகானைப் போல பார்க்கக் காரணம் என்ன? கோபமே வராமல் இருக்க அவர் சிறப்புப் பயிற்சி எடுத்துக் கொண்டாரா?

9 பேரன் பெயர் ஹூண்டாய்!

“இந்த உலக வாழ்க்கையே வேண்டாம்” என்று சொல்லிவிட்டு ஒரு சாமியார் தவம் இருப்பதற்காக காட்டுக்குப் போனார்.

அவர் தவமிருக்கும்போது, காலை 8 மணி அளவில் நடனம் கற்றுக்கொள் வதற்காக அந்த வழியே ஒரு பெண் நடந்து சென்றாள்.

அவளைப் பார்த்ததும் மனம் அலைபாய்கிறதே என்று சொல்லி சாமியார் மறுநாள் கண்களைக் கட்டிக்கொண்டு அமர்ந்தார்.

அதே காலை 8 மணிக்கு ஜல்.. ஜல்... என்று அவள் நடந்து போகிற சத்தம் கேட்டது. மறுநாள் சாமியார் காதையும் கட்டிக்கொண்டு வந்து அமர்ந்தார்.

கமகமவென மல்லிகைப் பூ வாசனை தன்னைக் கடந்து செல்வதைக் கண்டார் சாமியார்.

மறுநாள் கண், காது, மூக்கு மூன்றையும் கட்டிக்கொண்டு வந்து அமர்ந்தார்.

காலை 8 மணி. இப்போது அவர் மனது சொன்னது ‘இந்நேரம் அவள் கடந்து போயிருப்பாள்.’

இருப்பதிலேயே மனதைக் கட்டுப்படுத்துவதே மிகக்கடினமான செயல் எனக் கதை சொல்லி விளக்கிய தென்கச்சி சுவாமி நாதன், அதிலே வெற்றி கண்ட மனிதராக வாழ்நாளெல்லாம் வாழ்ந்தும் காட்டினார்.

வானொலியில் கதைகளைச் சொன்னது மட்டுமல்ல; தன்னைச் சுற்றி இருந்த ஒவ்வொருவரிடமும் அவரது பெயரைச் சொன்னாலே கதைகள் வந்து விழுகின்றன. ஒவ்வொன் றிலும் யதார்த்தம், தத்துவம், மகிழ்ச்சி என வாழ்க்கைத் தேவைக் கான செய்திகள் விரவிக் கிடக்கின்றன. தன்னோடு நெருங்கிப்

பழகியவர்களை வார்த்தைக்கு வார்த்தை சிரிக்கவும் சிந்திக்கவும் வைத்துக்கொண்டே இருந்திருக்கிறார்.

ஒருமுறை மேற்குத் தொடர்ச்சி மலைப் பக்கமாக நண்பர்களுடன் சென்றிருக்கிறார் தென்கச்சி. அப்போது ஒருவர் ‘உங்களை அந்த மலை உச்சியின் மீது நிற்க வைத்து ‘இன்று ஒரு தகவல்’ சொல்லுங்கள் என்று சொன்னால் என்ன தகவல் சொல்லுவீர்கள்’ என்று கேட்டாராம்.

அதற்கு தென்கச்சியார் சொன்னாராம் . ‘மலை மேல ஏறினா நான் எங்க தகவல் சொல்வது? நீங்கள்தான் என் வீட்டிற்கு தகவல் சொல்ல வேண்டும்’.

‘ஹூண்டாய்’ கார் கம்பெனியிலிருந்து ஒரு முறை பேசுவதற்கு அழைப்பு. கார்களின் மீது அளப்பரிய ஆர்வம் கொண்டிருந்த தனது பேரனுடன் தென்கச்சி அங்கு போயிருந்தார். கார் உற்பத்திப் பணிகளை வேடிக்கை பார்த்துவிட்டு, மேடையேறிய தென்கச்சி பேசும்போது என் பேரன் பெயர் ‘ஹூண்டாய்’ என்றாராம். கூட்டமே வெடிச்சிரிப்பில் ஆழ்ந்துபோக, பிறகுதான் அதற்கு விளக்கம் சொன்னாராம் . ‘ஹூண்டாய்’ என்றால் தமிழில் ‘நவீனம்’ என்று அர்த்தம். அவரது பேரன் பெயர் ‘நவீன்’.

இடத்திற்கு ஏற்றபடி மற்றவர்கள் நோகாமல் மனதில் நினைப்பதைச் சொல்வதில் தென்கச்சி கெட்டிக்காரர். ஒரு முறை தென்கச்சியுடன் தேனிசை செல்லப்பா, கவிஞர் ஜெயபாஸ்கரன், கலைவாணன் ஆகியோர் குற்றாலத்திற்குச் சுற்றுலா போயிருக்கிறார்கள். அப்போது ஜெயபாஸ்கரன் தனக்கு பிடித்தமான ஆல்பர்ட் ஐன்ஸ்டினின் ‘ரிலேட்டிவிட்டி தியரி’ பற்றி விரிவாகப் பேசிக்கொண்டே வந்திருக்கிறார்.

அந்த நேரத்தில் தென்கச்சி உடனே ஒரு கதையைச் சொன்னாராம் . இப்போது நாம் நால்வரும் காட்டில் போய்க்கொண்டு இருக்கிறோம். திடீரென்று ஒரு கொள்ளைக்காரன் நம் முன் துப்பாக்கியுடன் வருகிறான். நம்மிடம் பணம் எதுவும் இல்லை என்று தெரிந்தவுடன் ‘உங்கள் நால்வரையும் சுட்டுக் கொல்லப் போகிறேன். உங்கள் கடைசி ஆசை என்ன? ’ என்று ஒவ்வொருவரையும் கேட்கிறான்.

தேனிசை செல்லப்பா சொன்னாராம். நான் அரை மணி நேரம் கிராமியப் பாடல்களைப் பாட வேண்டும்.

கலைவாணன் சொன்னாராம், நான் ஒரு பொம்மலாட்டம் நடத்த வேண்டும்.

ஜெயபாஸ்கரன் சொன்னாராம். இன்னும் அரை மணி நேரம் நான் ‘ரிலேட்டிவிட்டி தியரி’ பற்றி பேசவேண்டும்.

கடைசியாக தென்கச்சி சொன்னாராம். ஜெயபாஸ்கரன் ரிலேட்டிவிட்டி தியரியைப் பற்றி பேச ஆரம்பிப்பதற்குள் என்னைச்

▸ வானொலி நிகழ்ச்சித் தயாரிப்பு குறித்த கருத்தரங்கில்...!

சுட்டுக் கொன்று விடு' இப்படியொரு நகைச்சுவையைச் சொல்லி சிரிக்கிறார் கவிஞர் 'சொல்கேளான்' ஏ.வி.கிரி.

சிரிக்க மட்டுமல்ல; சிந்திக்கவும் வைப்பவர் தென்கச்சி.

அவரிடம் ஒரு நிருபர் கேட்டார்.

'சிரிக்க சிரிக்க கதை சொல்கிறீர்கள். ஒரு குட்டிக்கதை சொல்லி வாசகர்களை கண்கலங்க செய்ய முடியுமா ?

தென்கச்சி சொன்னார்..

'நல்ல, இதயமுள்ள வாசகர்களைக் கண்கலங்கச் செய்ய குட்டிக்கதை தேவையில்லை. ஒரே ஒரு வார்த்தை போதும், 'ஈழத் தமிழர்கள்'.

எம்.ஜி.ஆர் மறைந்தபோது, அந்த நிகழ்வை 'ஆல் இந்தியா ரேடியோ'வில் நேரடி வர்ணனை செய்தவர் தென்கச்சி. எம்.ஜி.ஆரின் இறுதி யாத்திரை முடிகிறது. அப்போது தென்கச்சி சொன்ன வார்த்தைகள் இவை.

'தங்கத்தை மண்ணில் இருந்து தோண்டி எடுப்பார்கள். இப்போது மண்ணை தோண்டி தங்கத்தைப் புதைக்கிறார்கள்' - அழுதுகொண்டிருந்த எம்.ஜி.ஆர் அபிமானிகளை இந்த வார்த்தைகள் கதறவைத்தன.

கும்பகோணத்தில் பிரபலமான ஒரு டாக்டர் இருக்கிறார். பெயர் ஆர்.விருத்தகிரி. இவர் தென்கச்சி சுவாமிநாதனின் பரம விசிறி. இன்றைக்கும் கூட இவர் தன்னிடம் வரும்

நோயாளிகளில் பெரும்பாலான பேருக்கு தென்கச்சியின் குட்டிக்கதை ஒன்றை சொல்லியபடிதான் ஊசி போடுகிறார்.

அந்தக் கதை இதுதான் .

“குற்றவாளி ஒருவனின் தலையைத் துண்டிக்க உத்தரவிட்டானாம் மன்னன் ஒருவன். அந்தக் குற்றவாளியோ, அரசனிடம் கெஞ்சி மன்றாடினான்.

டாக்டர். ஆர்.விருத்தகிரி

மன்னரும் மனம் இரங்கி, ‘சரி உன்னிடம் ஒரு ஆட்டைத் தருகிறேன். நீ தினமும் அதற்கு தீனி போட்டு வளர்க்க வேண்டும். சரியாக ஒரு வருடம் கழித்து அழைத்து வா. அப்போதும் ஆடு இதே எடையுடன் இருந்தால் நீ தப்பித்தாய்’ என்றாராம் மன்னர்.

அந்தக் குற்றவாளியும் அப்படியே போனான். நன்றாக யோசித்து ஒரு வழி கண்டுபிடித்தான். ஆட்டுக்கு எதிர்புறமாக ஒரு சிறுத்தையை பிடித்துக் கட்டிப் போட்டான்.

எங்கே சிறுத்தை தன்னை அடித்துக் கொன்றுவிடுமோ? என்ற பயத்தில் ஆடு எடை கூடவே இல்லையாம். ஆகவே, யாரையும் வற்புறுத்தி எதையும் செய்யக் கூடாது, குழந்தைகளுக்கு கூட பயமுறுத்தி உணவை ஊட்டினால் அது உடலில் சேராது என்பதற்காக இந்தக் கதையை மக்களுக்கு ஊட்டுகிறேன்’’ என்கிறார் டாக்டர் விருத்தகிரி.

தென்கச்சி சொன்ன இன்று ஒரு தகவல்களை வாழ்க்கைப் பாடமாக எடுத்துக்கொண்டவர்கள் பலபேர். அவர்களில் ஒருவர் உஷா. இவர் சென்னை மடிப்பாக்கத்தில் உள்ள ஒரு தனியார் பள்ளியின் முதல்வர். தென்கச்சியின் பேரன் நவீன் முதன் முதலாக சேர்க்கப்பட்டது இவரது பள்ளிக்கூடத்தில்தான்.

உஷா சொல்கிறார்...

“எனக்கு 20 வயது இருக்கும்போதே தென்கச்சி சுவாமிநாதனின் ரசிகை. நான் ரமண மகரிஷி பற்றி படிச்சிருக்கேன்.

காமராஜர் பற்றியும் படிச்சிருக்கேன். அப்படியொரு பெரிய மனிதராக நான் நேரில் பார்த்தது தென்கச்சியாரைத்தான். பல முறை நான் அவரது வீட்டுக்கு போயிருக்கிறேன். நிறைய புத்தகங்கள் படிக்கக் கொடுப்பார். அவரோட பேசினா.. நமக்கு ஒரு ‘எனர்ஜி டிரிங்’ சாப்பிட்ட மாதிரி இருக்கும்.

ஒருதடவை அவரிடம் கேட்டேன். ஏன் சார்.. உங்களுக்கு கோபமே வராதா? இதுக்கு ஏதாவது பயிற்சி எடுத்திருக்கீங்களா?

அவர் சொன்னார்.. “எந்தவிதப் பயிற்சியும் இல்லை. சின்ன வயசிலேயே யாராவது பசங்க என்னை அடிச்சா.. நான் திருப்பி

எடுப்பது எங்கே?

'திருக்குறள்' முனுசாமி ஒரு முறை வானொலி நிலையத்திற்கு வந்திருந்தார். அப்போது அவர், 'ஏம்பா தென்கச்சி! இந்தக் கதை யெல்லாம் எங்கிருந்து எடுக்கிறே?'

அதுக்கு இவர் சொன்னாராம். 'நீங்கதான் சொல்லீட்டீங்களே ! எங்கே இருந்து 'எடுக்கிறேன்' னுட்டு... உங்க சட்டைப்பையில இருந்துதான்' அப்படின்னாராம் !

'சரிதான்.. நீ பெரிய பிக்பாக் கெட் பேர்வழி' அப்படின்னாராம் !

சரி... நீங்க பேசுறதெல்லாம் எங்கே இருந்து எடுக்கிறீங் கனு முனுசாமிகிட்ட தென்கச்சி கேட்டாராம்.

'உன்னையே மாதிரிதான் ! நான் வேற ஆளுங்க சட்டைப் பையில இருந்து எடுக்கிறேன்' என்றாராம் திருக்குறளார்.

அடிக்க மாட்டேன். வீட்ல வந்து அமைதியா உட்கார்ந்திடுவேன். இது இயற்கையாகவே வந்தது அப்படின்னார்..."

இதுக்கு பிறகு சில சைக்காலஜி மாணவர்கள் என்னை சந்திச்சு பேட்டி எடுக்க வந்தாங்க. நான் பதில் சொல்லிக்கிட்டே வரும்போது, 'உங்களை நாங்கள் முட்டாள்னு சொன்னா கோபம் வருமா, வராதான்னு' ஒரு கேள்வியைக் கேட்டாங்க.

அதுக்கு நான் சொன்னேன். ஏன் வராது, கட்டாயம் கோபம் வரும். பின்னே.. நான் ஒரு பெரிய முட்டாள்னு நினைச்சு கிட்டு இருக்கும்போது, நீங்க என்னை சாதாரண முட்டாள்னு சொன்னா கோபம் வரத்தானே செய்யும்னேன்.

சிரிச்சுட்டாங்க. இப்படி பக்குவமாக பேசக் கத்துக்கிட்டது தென்கச்சி அய்யாகிட்டதான்.. அவரை மாதிரி, எளிமை, அமைதி, இயல்புத்தன்மைங்கிறது ரொம்ப அபூர்வம்" என்கி றார் உஷா.

உறவு, நட்பு ஒருவர் விடாமல் ஒரு மனிதர் நல்ல பெயரைச் சம்பாதிக்க முடிவது அத்தனை எளிதானதல்ல. அதிலும் எழுத்து, பேச்சு என பிரபலமான ஒருவர் அப்படி இருப்பது அரிது. ஆனால், தனித்துவமான மனத்தால் அதை சாத்தியமாக்கிக் காட்டினார் தென்கச்சி சுவாமிநாதன். அதைப்போலவே அதீத உழைப்பு. நாள்தோறும் கதை சொல்வதற்காக, பத்திரிகைகளுக்கு எழுதுவ தற்காக வானொலி பணிநேரம் தாண்டி, தனிப்பட்ட முறையில் மிக அயராது உழைத்தார். ஏராளமான நூல்கள் படிப்பது., பத்தி ரிகைத் தகவல்களை சேகரிப்பது, பிறரிடம் பேசும்போது அவர் களிடம் இருக்கும் விஷயங்களைத் திரட்டுவது, பின்னர் அவற் றைக் கோர்வையாக்கி தொகுத்து வழங்குவது என தனக்கென்று தனிப் பாணியை உருவாக்கினார்.

இத்தனைக்கும் அவரிடம் உள்ள சிறப்புக் குணம் வேறு எந்தப் பிரபலத்திடமும் இல்லாதது. ஆமாம். அந்தத் தகவல் எங்கிருந்து திரட்டப்பட்டது என்பதையும் பேச்சுக்கிடையே தெரிவித்து விடுவார். தனது டைரிக் குறிப்புகளிலும் கூட தகவலை எழுதி வைத்துக்கொள்ளும்போது, அந்தத் தகவல் எங்கிருந்து பெறப்பட்டது என்பதையும் குறிப்பெழுதி வைத்துவிடுவார்.

அவர் அளிக்கும் பேட்டிகளிலும் கூட, தானே உருவாக்கியது என்று கூறாமல், பிறர் சொல்லக் கேட்டு தெரிந்துகொண்டது எனப் பணிவுடன் தெரிவிப்பது அவரது பாணியாக இருந்தது. இதைச் சொல்ல அவர் ஒருபோதும் வெட்கப்பட்டதில்லை. அப்படிப் பட்டவர் மேடையில் பேசப் பயந்தது ஏன்? பேச ஆரம்பித்தவுடன் அவர் உடைத்தெறிந்த மேடை இலக்கணங்கள் என்ன?

10 யாருக்கு இந்த கைத்தட்டல்?

எமலோகத்திலே ஒரு ஆசாமியைக் கொண்டுபோய் நிறுத்தினாங்களாம்.

'என்ன தப்பு பண்ணினான் இவன்?' கர்ஜித்தார் எமதர்மராஜா. சித்ரகுப்தன் அந்த ஆளோட கணக்கைப் பார்க்கிறான். அவனுக்கே தலை சுத்துது. 'பஞ்சமா பாதகம் அத்தனையும் செஞ்சிருக்கான். கணக்கு வழக்கு இல்லாமே இவன் பண்ணின தப்பு எல்லாம் இந்த ரிஜிஸ்டர்லே முடிஞ்சி 'கேரி ஓவர்' ஆகி இன்னொரு ரிஜிஸ்டருக்கும் போயிருக்கு...அதெல்லாம் தேடி எடுக்கணும்னா என் ஆயுளே முடிந்திடும்போல..' அப்படின்னான் சித்ரகுப்தன்.

'அப்படின்னா இவனைக் கொண்டு போய் நரகத்துல தள்ளு' ன்னு உத்தரவு போட்டார் எமதர்மன். அப்போது பதிவேட்டில பளிச்சிட்ட ஒரு வரியைப் பார்த்தான் சித்ரகுப்தன். உடனே, ' இவன் இத்தன பாவங்கள பண்ணியிருந்தாலும் ஒரே ஒரு புண்ணியம் செஞ்சிருக்கான்' அப்படின்னான்.

'என்ன அது' ன்னு எமன் கேட்டார். 'ஒரு நாள் ஒரு கிழவி கோயிலுக்குப் போக வழிகேட்டப்ப... அதோ அந்தப்பக்கமா போன்னு ஒரு விரலாலே வழிகாட்டியிருக் கான்!' சித்ரகுப்தன் இப்படி சொன்னதும் எமன் தீர்ப்பை ரிவைஸ் பண்ணினார். 'அப்படின்னா அந்த ஒரு விரலுக்கு மட்டும் பன்னீர் தெளிச்சி... சந்தனம் பூசி சொர்க்கத்திற்கு அனுப்பு. இவன நரகத்திற்கு அனுப்பு'

பாவம் பண்ணிட்டு நரகத்திற்குப் போறவங்களுக்கு மட்டுமில்ல; புண்ணியத் தோடு சொர்க்கத்திற்குப் போறவங்களுக்கும் பிரச்னைகள் ஏற்படுறதா தெரியுது...

கர்ணன் ரொம்ப பெரிய கொடையாளி....

யார், எதைக் கேட்டாலும் அவன் இல்லேன்னு சொன்னதில்லை. ஆனா அன்னதானம் செய்யக்கூடிய வாய்ப்பு மட்டும் அவனுக்கு வாய்க்கலே.

அப்பேர்பட்ட கர்ணன் இறந்தபிறகு சொர்க்கத்திற்குப் போனான். சொர்க்கத்தில் யாருக்கும் பசிக்காது. ஆனா கர்ணனுக்கு மட்டும் பசிச்சிது!.

'ஏன் எனக்கு மட்டும் பசிக்குது?' ன்னு கேட்டான்.

'பூலோகத்துல நீ யாருக்கும் அன்னதானம் செய்யல. அதான் உனக்கு பசிக்குது' ன்னு பதில் வந்திச்சு.

'அப்படின்னா... பசி தாங்கலேயே நான் என்ன பண்ணுறது?'

'உன் ஆட்காட்டி விரல எடுத்து வாயில வச்சிக்க. பசி போயிடும்' ன்னு சொன்னாங்க. அதாவது, தன்னுடைய தேர்ப்பாகனுக்கு உணவு இருக்கும் இடத்தை ஆட்காட்டி விரலால் கர்ணன் காண்பிச்சிருக்கான். அது அவன் புண்ணியக் கணக்கிலே சேர்ந்திடுச்சி.

பாவம்-புண்ணியம், சொர்க்கம்-நரகம் இதிலெல்லாம் உங்களுக்கு நம்பிக்கை இருந்தாலும் இல்லாட்டாலும் மனுஷப் பிறவியோட மகத்துவத்த புரிஞ்சுக்கோங்க...

உண்ணவும் உறங்கவும் பிறந்தவை மிருகங்கள்...

எண்ணவும் இரங்கவும் பிறந்தவன் மனிதன்...

இரக்கப்பட தெரியலேன்னா அப்புறம் என்ன சார் அவன் மனுஷன்?

மக்களிடம் நல்ல எண்ணமும் சிந்தனைகளும் உருவாக சாமியார்கள் போதிக்கவேண்டிய இதுபோன்ற கதைகளைச் சொன்னதால், துறவிகளையும் கூட கவர்ந்தவராக, அவர்களது அன்புக்கு பாத்திரமானவராக தென்கச்சி திகழ்ந்தார். ஸ்ரீராமகிருஷ்ண மடத்தின் தலைவராகவும் அவர்கள் வெளியிடும் 'ஸ்ரீ ராமகிருஷ்ண விஜயம்' என்ற மாத இதழின் ஆசிரியராகவும் இருந்த சுவாமி கமலாத்மானந்தர், தென்கச்சியின் நினைவுகளைப் பகிர்ந்துகொள்கிறார்.....

"சென்னை ஸ்ரீராமகிருஷ்ண மடத்தின் பக்தர் ஒருவர், என்னிடம் வந்து, 'தென்கச்சி சுவாமிநாதன் என்பவர் சென்னை வானொலியில் இன்று ஒரு தகவல் என்ற தலைப்பில், காலை 7.35 க்கு பேசுகிறார். அதை நீங்கள் அவசியம் கேட்க வேண்டும்' என்றார்.

நான் மறுநாள் சென்னை வானொலியில், இன்று ஒரு தகவல் நிகழ்ச்சியைக் கேட்டேன். அன்றைய தினம் தென்கச்சி ஒரு புராணக் கதையை மையமாக வைத்து பேசினார். அதை கேட்டபோது எனக்கு, இந்தக் கதையை நாம் (ஸ்ரீராமகிருஷ்ண) விஜயத்தில் வெளியிட்டிருக்கிறோம் என்று நினைவுக்கு வந்தது. அதைத் தொடர்ந்து வந்த நாட்களிலும் நான், இன்று ஒரு தகவல் நிகழ்ச்சியைக் கேட்டேன். அவர் கூறிய சில கதைகள், சில நிகழ்ச்சிகள், சில தகவல்கள், நகைச் சுவை ஆகியவை எனக்குப் புதியவையாக இருந்தன.

சுவாமி கமலாத்மானந்தர்

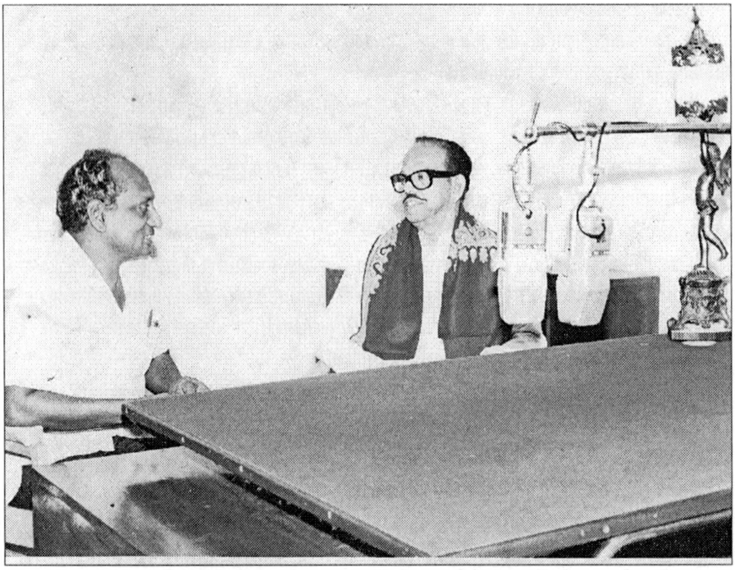

▸ நாவலர் நெடுஞ்செழியனை வானொலிக்காக பேட்டி கண்டபோது...

எனவே இவர் இன்று ஒரு தகவல் நிகழ்ச்சியில் கூறும் சில கதைகளை விஜயத்திலும் வெளியிட வேண்டும் என்ற எண்ணம் எனக்குத் தோன்றியது.

அப்போது சென்னை ராமகிருஷ்ண மடத்துடன் தொடர்புடைய சக்தி சீனிவாசன், நிவேதா போன்றோர் சென்னை வானொலியில் பணி செய்து கொண்டிருந்தார்கள். நான் நிவேதாவிடம், 'தென்கச்சி சுவாமிநாதனை ஒருமுறை வந்து பார்க்கச் சொல்லுங்கள்' என்று கூறினேன். இரண்டாம் நாள் சக்தி சீனிவாசனுடன், தென்கச்சி என்னை வந்து சந்தித்தார்.

அதுவரையில் நான் தென்கச்சியின் குரலை வானொலியில் தான் கேட்டிருந்தேன். அன்றைய தினம் நேரிலும் கேட்டேன். அவரிடம் 'உங்கள் நிகழ்ச்சியில் கூறும் சில கதைகள், நிகழ்ச்சிகள் எனக்குப் புதியவை. அவற்றை எனக்குக் கொடுங்கள். நான் விஜயத்திற்குப் பயன்படுத்திக்கொள்கிறேன்.' என்று கூறினேன். உடனே அதற்கு அவர் ஒப்புக்கொண்டார்.

அதுதான் தென்கச்சிக்கும் எனக்கும் ஏற்பட்ட முதல் சந்திப்பு. அடுத்த சந்திப்பின் போது தென்கச்சி என்னிடம் கூறிய கருத்து எனக்கு ஆச்சர்யத்தை ஏற்படுத்தியது,

'நான் விஜயத்திலிருந்து கதைகளைத் எடுத்து, இன்று ஒரு தகவலுக்குப் பயன்படுத்திக்கொண்டிருந்தேன். நீங்கள் வரச் சொன்னீர்கள் என்று நிவேதா என்னிடம் கூறியதைக் கேட்டதும்

எனக்குப் பயம் வந்துவிட்டது. 'நீ விஜயத்தில் வெளிவரும் கதைகளைத் திருடியிருக்கிறாய்' என்று கேட்கப்போகிறீர்கள் என்பது தான் என் பயத்திற்கு காரணம். ஆனால் நான் உங்களை சந்தித்த போது நடந்ததே வேறு. அன்றைய தினம் நீங்களே உங்கள் கதைகளைக் கொடுங்கள். நான் விஜயத்திற்குப் பயன்படுத்துகிறேன் என கூறி விட்டீர்கள்' என்றார்.

தென்கச்சி தன்னுடைய 'இன்று ஒரு தகவல்' நிகழ்ச்சிக்குரிய கையெழுத்துப் பிரதியின் நகல்களை, மடத்திற்கு வரும் சமயங்களில் என்னிடம் கொடுப்பது வழக்கம். அவர் கொடுத்தவற்றில் மாதம் ஒரு கதையை நான் தேர்ந்தெடுத்து, விஜயத்தில் வெளியிட்டுவந்தேன்.

இவ்விதம் 1991 மார்ச் முதல் தென்கச்சியின் கதைகள் விஜயத்தில் வெளிவரத் துவங்கின. விஜயத்தில் வெளிவந்த கதைகளை, 'தென்கச்சி வழங்கும் நீதிக்கதைகள்' என்ற தலைப்பில் வானதி பதிப்பகம் மூன்று தொகுதிகளாக வெளியிட்டது.

மாத இதழான ராமகிருஷ்ண விஜயத்தின் ஒவ்வொரு இதழிலும் 'தென்கச்சியின் நீதிக்கதை' வெளிவந்தது. அதே நேரத்தில் பல பத்திரிகைகளுக்கும், அவர் அயராமல் எழுதினார். 'எல்லோருக்கும் அன்னை ஸ்ரீசாரதா தேவியார்' என்று தென்கச்சி ஒரு நூல் எழுதியுள்ளார். இந்த நூலை சென்னை ஸ்ரீராமகிருஷ்ண மடம், ஸ்ரீஅன்னையின் 150 வது விழா சமயத்தில் 2003 டிசம்பர் மாதம் வெளியிட்டது" என்கிறார் சுவாமி கமலாத்மானந்தர்.

தென்கச்சி சுவாமிநாதன் வேலையில் அளவுக்கு அதிகமாகவே கவனத்தோடு செயல்படக் கூடிய ரகம். காலையில் 10 மணிக்குத் தான் அவரது பணி தொடக்கம் என்றாலும், 7 மணிக்கெல்லாம் அலுவலகம் வந்து, தனக்குரிய இன்று ஒரு தகவலை தானே ஒலிப் பதிவு செய்துவிட்டு, 10 மணிக்கு பார்வையாளர்களைச் சந்தித்துக் கொண்டு இருப்பார். இது அவரது பாணி. இதற்கு ஒரு காரணமும் உண்டு என்கிறார் அவரது நண்பர் ஆவுடையப்பன்.

"தென்கச்சியார் 'ஆல் ரூட் பஸ் பாஸ்' வைத்திருக்கக் கூடியவர். மடிப்பாக்கத்திலிருந்து காலை 6 மணிக்கு புறப்பட்டு, கிடைக்கும் பேருந்துகளில் ஏறி 7 மணிக்குள் அலுவலகம் வந்துவிடுவார்.

அதிகாலையில் பேருந்தில் கூட்டம் இராது. அடிதடி போட வேண்டியதில்லை. உட்கார இடம் கிடைக்கும். அலுவலகத்தில் பிற பணியாளர்கள் இடையூறு இருக்காது. எல்லோரும் 10 மணிக்குத்தானே வருவார்கள். இதனைப் பயன்படுத்தி 7 மணி முதல் 9 மணிக்குள் இன்று ஒரு தகவலுக்கான பணிகளை மேற்கொண்டு, வானொலி நிலைய ஒலிப்பதிவு ஸ்டூடியோவில் பதிவு செய்துவிடுவார்.

▸ தென்கச்சி எழுதும் சூட்கேஸ்...

பணியில் யாரும் துணைக்கு வரவேண்டும் என்று எதிர் பார்ப்பதில்லை. ஒரு சில சமயங்களில் நாலு அல்லது ஐந்து நாட்களுக்குரிய தகவல்களையும் ஒலிப்பதிவு செய்துவிடுவாராம். 10 மணிக்கு பிறகு பார்வையாளர்களை சந்தித்தல், கடிதம் எழுதுதல் எனத் தொடர்ந்து சளைக்காமல் வேலை செய்வார்" என்கிறார் ஆவுடையப்பன்.

எழுதுவதை எல்லாம் பெரும்பாலும் தனது வீட்டுமாடியில் உள்ள கீற்றுக்கொட்டகையில், தரையில் பாய் விரித்து அமர்ந்த படிதான் எழுதியிருக்கிறார். ஒரு தலையணை, அதன் மீது ஒரு சூட்கேஸ். தரையில் அமர்ந்தபடி அதன் மீது வைத்துதான் எழுதுவாராம் !

இது தவிர அவருக்கு எழுதுவதற்கு மிகவும் பிடித்தமான இடம், அணுக்கமான நண்பர் வீரபத்ரனின் அறைதான்! வீரபத்ரன் தமிழ் நாடு அரசில் தலைமைப் பொறியாளராக இருந்து ஓய்வு பெற்றவர்.

1985ம் ஆண்டில் திண்டிவனம் அருகே உள்ள அணை உடைந்து பெரும் சேதம் ஏற்பட்டபோது, அந்தப் பகுதியில் வானொலி சார்பில் களப்பணிக்காக தென்கச்சி சென்ற நேரத்தில்தான் இருவருக்கும் பழக்கம். வீரபத்ரன் கடலூருக்கு மாறி வந்த போதும் சரி, பின்னர் சென்னைக்கு மாறுதலாகி வந்த போதிலும் சரி. மாதத்தில் 2 நாள் தென்கச்சி அங்கு சென்று தங்கியிருந்து, எழுத்துப்பணிகளைச் செய்வார்.

அவரா.... இவர்?

தென்கச்சி சுவாமிநாதன், வழக்கம் போல பேருந்தில் ஒரு நாள் போய்க் கொண்டிருந்தார். ஒரு மாணவன் அவரை அடையா ளம் கண்டுகொண்டு, பக்கத்தில் உள்ள மாணவனிடம் சொல்லி யிருக்கிறான்.

'டேய்... இவரைப் பார்த்தியா? இன்று ஒரு தகவல் சொல்கிற தென்கச்சி சுவாமிநாதன் மாதிரியே இருக்கிறார்டா?'

இன்னொரு பையன் சொல்லியிருக்கிறான்... 'டேய்... அவருன்னா இப்படி பஸ்லேயா வருவாரு.. இது யாரோ வேற மூஞ்சிடா.. இதப் பார்த்தா அவ்வளவு அறிவா கதை சொல்ற மாதிரி தெரியலேயே.....'

இதைக் கேட்டு மனசுக்குள் சிரித்துக்கொண்ட தென்கச்சி, பின்னர் மற்றவர்கள் சிரிக்கவும் இத்தகவலைச் சொன்னார்.

வானொலியில் பேசுவது மட்டுமே தென்கச்சிக்குப் பிடித்த மானது. ஆரம்பத்தில் மேடைப் பேச்சில் ஆர்வம் காட்டாமல் ஒதுங்கினார். கேட்பவர்களிடம் 'நான், நான்கு சுவருக்குள் பேசிப் பழகியவன். மேடையில் பேசுவதெல்லாம் சரிவராது' என்று சொல் லிவிடுவார். ஒருமுறை மேடையில் பேசவேண்டிய சந்தர்ப்பத்தில், பார்வையாளர் தரப்பில் இருந்து ஒரு கேள்வி கேட்கப்பட்டது. 'இப்போது 'மைக்'கைப் பிடித்துக்கொண்டு பேசும் நீங்கள் அது இல்லாவிட்டால் எப்படி பேசுவீர்கள்?' என்ற அந்தக் கேள்விக்கு யோசிக்காமல் தென்கச்சி சொன்ன பதில் என்ன தெரியுமா? 'உயிரைக் கையில் பிடித்துக் கொண்டு பேசியிருப்பேன்'!

ஆரம்பக்கால கட்டத்தில் இவ்வாறெல்லாம் கூச்சப்பட்டாலும், பிறகு மெல்ல, மெல்ல மேடைப்பேச்சிலும் அவர் வெளுத்துக் கட்ட ஆரம்பித்துவிட்டார். தென்கச்சி பங்கேற்கும் கூட்டங்கள் அனைத்திலும் ஏராளமான ரசிகர்கள் திரண்டு வந்து திக்கு முக்காடச் செய்திருக்கின்றனர். பல வி.ஐ.பிகளும் கூட முன் வரிசையில் அமர்ந்து அவரது பேச்சை ஆர்வமாகக் கேட்டனர். அந்த வகையில் கோட்டு சூட்டு போட்ட அறிவு ஜீவிகளையே அசத்திக் காட்டினார் தென்கச்சி" என்கிறார் வீரபத்ரன்.

"அண்ணாமலைப் பல்கலைக்கழகத்துல ஒரு மீட்டிங். நான் அங்கேதான் பகுதி நேரமா பி.ஈ படிச்சேன். அதனால என் மூலமாத்தான் அந்த மீட்டிங் ஏற்பாடு ஆச்சு. புதிதாக கட்டப்பட்ட ஆடிட்டோரியம். தென்கச்சி அண்ணாச்சிக்கு மட்டுமே மேடையில நாற்காலி போடப்பட்டிருந்தது. மத்தபடி பதிவாளர், டீன், பேராசிரியர்கள், மாணவர்கள் எல்லோருமே கீழேதான் பார்வையாளரா உட்கார்ந்திருந்தாங்க.. சுமார் ஒரு மணி

சுப. வீரபாண்டியன்

நேரம் பேசி, அத்தனை பேரையும் அசர வைச்சுட்டார்.

அதே மாதிரி குன்றக்குடி பொன்னம் பல அடிகளார் ஏற்பாடு செஞ்ச மீட்டிங் லேயும் பேசினார். 'பெரிய புராணம்' ங்கிறது மிகப் பெரிய திகில் கதைன்னு பேச ஆரம்பிச்சு, அத்தனை பேரையும் அசத்தினார்" வியப்பும் மகிழ்ச்சியுமாக சொன்னார் வீரபத்ரன்.

தென்கச்சியின் மேடைப்பேச்சு பற்றி விவரிக்கிறார் அவரது ரசிகர்களில் ஒருவ ரான பேராசிரியர் சுப.வீரபாண்டியன்.

"அவரோடு எனக்கு அறிமுகமே இல் லாத ஒரு நாளில், சென்னை ஏ.வி.எம் ராஜேஸ்வரி திருமண மண்டபத்தில் அவர் கலந்துகொண்ட விழா ஒன்றுக்குச் சென்றி ருந்தேன். மேடை முழுவதும் புகழ்பெற்றவர்களின் அணிவரிசை. ஒவ்வொருவரும் பேச வரும் போது கையொலிகள் எழுந்தன. நான் எதிர்பார்க்கவே இல்லை. தென்கச்சியார் ஒலி வாங்கிக்கு அருகில் வந்து நின்றபோது, அந்த அரங்கம் முழுவதும் அதிர்ந்தது.

அவரும் எதிர்பார்க்கவில்லை போலிருக்கிறது. பின் பக்கமாகத் திரும்பி யார் நிற்கிறார்கள் என்று பார்த்தார். மேடையில் இருந்தவர்கள் சிரித்தபடி, அவரைப் பார்த்து, 'உங்களுக்குத் தான் கைத்தட்டல்கள்' என்றனர்.

தமிழ்ச் சான்றோர் பேரவையில் பணியாற்றிக்கொண்டிருந்த வேளையில், அவரோடு நேரடித் தொடர்பு கிடைத்தது. அதன் பிறகு கூட்டங்களில் அவருடன் சேர்ந்து பேசும் வாய்ப்புகளையும் பெற்றேன். பேச்சுக்கலையில் அவர் ஒரு வித்தியாசமான குறியீடு.

மேடைகளில் எப்படிப் பேசவேண்டும், உடல்மொழி எவ்வாறு இருக்க வேண்டும் என்னும் இலக்கணங்களை எல்லாம் உடைத்தெறிந்த மனிதர் அவர்தான். அவர் சிரிப்பதில்லை., அவர் உரையைக் கேட்கும் எல்லோரும் சிரிப்பார்கள். அவரிடம் உடல் அசைவு கூட இருக்காது. அரங்கத்தில் உள்ளவர்கள் துள்ளி எழுந்து கைதட்டுவார்கள். முகபாவனை என்னும் ஒன்று அவரிடம் முற்றிலுமாகக் கிடையாது. ஆனால் அவர் பேச்சைக் கேட்பவர் களின் முகங்களில் ஆயிரம் பாவங்கள் தோன்றும்.

அவரோடு மிக நெருக்கமாகப் பழகியது, வெறும் மூன்றே மூன்று நாட்கள்தான். இலக்கணம் என்னும் திரைப்படத்தில் நாங்கள் இருவரும் சேர்ந்து நடித்தோம். மொத்தமே மூன்று நான்கு காட்சிகள்தான்.

நான் பத்திரிக்கை ஆசிரியர். அவர் துணை ஆசிரியர். படத்திலும் அவர் சுவாமிநாதன்தான். அவர் பெயரைச் சொல்லத் தயங்கி, 'ஐயா வந்து இப்படி உட்காருங்க' என்று திரைப்படத்தில் ஒரு உரையாடலை நான் கூறுவேன். 'படத்துல நீங்கதான் ஆசிரியரு. அப்புறம் என்ன துணையாசிரியரை ஐயா, ஐயான்றீங்க.... சாமி நாதன்னு கூப்பிடுங்க' என்பார். பிறகு அப்படியே அழைத்துப் பழகினேன்.

எங்கள் இருவருக்கும் ஒரே நேரத்தில்தான் படப்பிடிப்பு இருக்கும். மற்ற காட்சிகள் படமாகிக்கொண்டிருக்கும் வேளையில், நாங்கள் இருவரும் அரங்கத்திற்கு வெளியே தொடர்ந்து பேசிக்கொண்டே இருப்போம். நடிகர் வினுச்சக்கரவர்த்தியும் அவ்வப்போது வந்து கலந்துகொள்ளுவார்.

அந்த நேரங்களில் அவர் சொன்ன பல செய்திகள் இன்றும் எனக்கு அப்படியே நினைவில் உள்ளன. 'என்னோட போட்டி போட்டு வெற்றி பெற்றால், எவருக்குமே பெரிய மகிழ்ச்சி இருக்காது தெரியுமா ?' என்றார். ஏனென்று கேட்டேன். 'நான் தான் தோத்துப்போக எப்பவும் தயாரா இருக்கிறேனே' என்றார். அவருக்கு யாரோடும் போட்டி இல்லை. யாரோடும் பகையில்லை. யாவரும் கேளிர் என்பது அவருக்காகவே எழுதப்பட்ட வரி" என் கிறார் சுப.வீரபாண்டியன். இத்தகைய குணநலன்கள் கொண்ட தென்கச்சி, வெளிநாட்டு ரசிகர்களை அதிரவைத்த சம்பவம் நடந்தது எப்படி? நண்பர்களோடு ரயிலில் பயணிக்கும்போது அவருக்கு இருந்த விநோத பழக்கம் என்ன?

11

நல்லா தோத்துட்டீங்களா பிரதர்?

"ஒரு பேச்சாளர் கார்ல கிளம்பி போயிட்டு இருந்தாராம். வழியில ஒரு சிங்கம் அவரை வழி மறிச்சு, 'உன்னை சாப்பிடப் போறேன்'னு சொல்லிச்சாம்.

இவர் சொன்னாராம். 'சிங்கமே... நான் ஒரு பேச்சாளன். என் பேச்சை கேட்கிறதுக்கு ஆயிரக்கணக்கான மக்கள் காத்துகிட்டு இருக்காங்க. நான் பேசி முடிச்சுட்டு வந்துடறேன்' அப்படின்னாராம்.

சிங்கமும் ஆச்சரியப்பட்டு 'அப்படியா? எங்கே என்கிட்டே ஒரு தடவை பேசிக் காட்டு' அப்படின்னுச்சாம்.

இவரும் பேசினார். 'பேரன்பு மிக்க பெரியோர்களே...தாய்மார்களே...'

உடனே சிங்கம் மயங்கி விழுந்துருச்சாம்.

பேச்சாளர் சிரித்தபடியே சொன்னாராம் 'டேய் காரை எடு. சிங்கமே என் பேச்சில் மயங்கிப் போச்சுடா' அப்படின்னுட்டு தப்பிச்சு போனாராம்.

அவர் நீண்ட தூரம் போன பிறகு, சிங்கம் மெல்ல எழுந்திரிச்சு சொல்லிச்சாம். 'நல்ல வேளை, மயங்கின மாதிரி நடிச்சேன் இல்லேன்னா.. அந்த ஆள் என்னை பேசியே கொன்னுருப்பான்."

எப்படி பேசக்கூடாது என்பதற்காக இந்தக் கதையைச் சொன்ன தென்கச்சி, கடைசி வரை அரங்கங்களைக் கவர்ந்த பேச்சாளராக திகழ்ந்தார். அவரை மேடையில் வைத்துக்கொண்டு பேசுவதற்கு பிரபல பேச்சாளர்களே பின்வாங்கினார்கள் என்பது உண்மை. லேனா தமிழ்வாணன் இதுகுறித்து வெட்ட வெளிச்சமாகவே சொல்கிறார். "மேடையில் அவர் இருக்கும்போது 'சார் உங்களுக்கு நான் முன்னாடி பேசிடறேன். இல்லேன்னா என் பேச்சு எடுபடாமல் போயிடும்' என்பாராம் தென்கச்சியிடம்.

ஒரே ஒரு பை தான்!

ஒருமுறை வெளிநாட்டுக்குச் சென்றபோது விமான நிலையத்தில் நிகழ்ச்சி ஏற்பாட்டாளர்கள் தென்கச்சியை வரவேற்றனர். கையை வீசிக்கொண்டு வெளியே வந்த அவரிடம் 'உங்க லக்கேஜ் இன்னும் வரவில்லையா?' என்று கேட்டார்கள். 'லக்கேஜா...இதோ இருக்கே!' என்று தன் தோளில் மாட்டியிருந்த ஒரு ஜோல்னா பையைக் காட்டினார். வந்தவர்கள் 'இப்படியொரு மனிதரா, என ஒரு கணம் ஆச்சரியத்தில் உறைந்து போனார்கள்.

'என்ன அப்படி பார்க்கறீங்க... இதுல ரெண்டு வேட்டி சட்டை, துண்டு இருக்கு. நீங்க தங்குவதற்கு இடம் ஏற்பாடு பண்ணியிருப்பீங்க. எப்படியிருந்தாலும் அங்க சோப் கொடுப்பாங்க. துவைத்து போட்டுக்கப் போறேன். பிறகென்ன?' என்று கேட்டு அவர்களை மேலும் வியப்புக்குள்ளாக்கினார், தென்கச்சி.

தென்கச்சி மேடையில் எத்தனை மணி நேரம் வேண்டுமானாலும் அசராமல் பேசி, பார்வையாளர்களை வயிறு குலுங்க சிரிக்க வைத்துக்கொண்டே இருப்பார். அது ஆன்மிக சபையாக இருந்தாலும் கூட, மெல்லிய தாக்குதலுக்கு தயங்கமாட்டார். அவரது மிகப் பெரிய தாக்குதல் கூட ஏகமனதாய் சிரிக்கச் செய்துவிடும் என்பதுதான் அவருக்கே உரித்தான 'பிளஸ்.'

கும்பகோணத்தில் நடந்த மனவளக்கலை மன்றத்தின் வெள்ளி விழா நிகழ்ச்சி அது. இந்த மன்றத்தைச் சேர்ந்தவர்கள் யாராக இருந்தாலும் அவர்கள் ஒருவரை ஒருவர் நேரில் சந்திக்கும்போதோ, அல்லது தொலைபேசியில் பேசும் போதோ முதலில் 'வாழ்க வளமுடன்' என்று சொல்லிவிட்டுத்தான் பேசத் தொடங்குவார்கள் என்பது எல்லோரும் அறிந்த ஒன்றுதான் !

அப்படிப்பட்ட கூட்டத்தில் தென்கச்சி இப்படி பேசினார்.

"பொதுவா. இந்த மன்றங்களைச் சேர்ந்தவங்க 'வாழ்க வளமுடன்' னு சொல்வாங்க. அதுல ரொம்ப தீவிரமா இருப்பாங்க. ஹலோன்னு கூட போன்ல சொல்ல மாட்டாங்க ! முதல்ல வாழ்க வளமுடன், மத்ததெல்லாம் பிறகுதான். அந்த வகையில் என் நண்பர் திருநாவுக்கரசு ரொம்பவே தீவிரம். நாம ஒரு கிணத்துல விழுந்துட்டாக் கூட, வந்து எட்டிப் பார்த்துட்டு, 'வாழ்க வளமுடன்' னு சொல்லுவார்.

இதே மாதிரி பிரம்மகுமாரிகள் இருக்கிறாங்க பார்த்தீங்களா? அவங்க வாய்ல நல்ல வார்த்தை மட்டும்தான் வரும் . 'நல்லா சாப்பிட்டீங்களா பிரதர் ?' நல்லா தூங்குனீங்களா சிஸ்டர்' இப்படித்தான் பேசுவாங்க. நாம எதிலேயாவது தோத்துப்

▸ அரங்கங்களை வசப்படுத்திய பேச்சாளராக...

போயிட்டம்னு வையுங்க. அப்பக்கூட வந்து 'நல்லா தோத்துட்டீங்களா பிரதர்'னு கேட்பாங்க.

இப்படி சபைக்கு எதிராகவும் பேசி சிரிக்க வைப்பது தமிழகத்தில் தென்கச்சி ஒருவருக்கு மட்டுமே சாத்தியமானது.

வானொலி, மேடைப்பேச்சு தவிர சினிமாவிலும் நடித்தார் தென்கச்சி. அவரை சினிமாவுக்கு இழுத்துக்கொண்டு வந்தவர் பிரபல மண்வாசனை இயக்குநரான தங்கர் பச்சான்.

'காதலே நிம்மதி' படத்தில் நீதிபதி வேடம் தென்கச்சிக்கு !

நடிக்க வரும்போது 'நீச்சலே தெரியாதவனைப் போய், கடலுக்கு வான்னு கூப்பிடறீங்களே' என்றபடிதான் வந்தாராம். படப்பிடிப்பு தளத்தில் சூர்யா, நாசரோடு நன்றாக பேசிக்கொண்டிருந்தவர், அவருக்கான காட்சி வந்தபோது ரொம்பவே வியர்த்துவிட்டாராம்.

தங்கர்பச்சான் கேட்டபோது 'இது உள்ளுக்குள்ள இருக்கிற பயத்தால இல்ல, வெளியே காத்து வராததாலே' என்று சமாளித்தாராம்.

'வானொலி மூலம் பெரும் புரட்சியை சத்தமில்லாமல் செய்தவர் தென்கச்சி யார்' என நெகிழ்ந்து போகிறார் தங்கர் பச்சான்.

தங்கர்பச்சான்

"ஒரு மனிதன் பிறக்கிறான், வளர் கிறான், படிக்கிறான், திருமணம் செய்துகொள்கிறான் திருமணத்திற்குப் பிறகு மனைவி, குழந்தைகளைப் பாது காக்கிறான். இதற்காக பணம் சம்பாதிக் கிறான். பிறகு செத்துவிடுகிறான். இப்படித்தான் 95 சதவீத மனித வாழ்க்கை இருக்கிறது. அப்படிப்பட்டவர்களை, வாழ்க்கை முறை பற்றி சிந்திக்க வைத்தவர்தான் தென்கச்சியார்.

அவர் வானொலி மூலம் தமிழ் மக்களிடம் எளிய முறை யில், இனிமையாகப் பேசினார். வேலை முடிந்து வீடு திரும்பிய அனைவரும் களைப்பில் படுத்து தூங்கி, காலை எழுந்ததும் இவரது குரலைத்தான் கேட்டார்கள். உற்சாகமானார்கள். இவர் பேசிய தகவலைக் கேட்டவர்கள் அதனை மற்றவர்களுக்கு கடத்தினார் கள். தென்கச்சியார் புகழ்பெற்ற மேதையானார்.

எனது அம்மாதான் எனக்கு தென்கச்சியாரை முதன் முதலாக அறிமுகம் செய்து வைத்தவர். ஒருமுறை என் அம்மா என்னோடு தொடர்பு கொண்டு காலையில ஒருத்தரு ரேடியோவுல பேசுறாரு. அவர் பேசுறதக் கேளு. அவர் நல்லா கதை சொல்றாருன்னு சொன்னாங்க.

இரவில் கதை சொல்வதைக் கேட்டிருக்கிறோம். இவர் யார்? காலையில் கதை சொல்வது என்ற யோசனை எனக்கு? என் தாயார் படிக்காதவர் என்பதால் அது என்ன வானொலி? எந்த நேரம்? பேசுவது யார்? என்பதைச் சொல்லத் தெரியவில்லை.. பிறகு நண்பர்கள் மூலமாக அறிந்து, தென்கச்சியாரின் பேச்சைக் கேட்டு நான் அசந்தேவிட்டேன். இதன் பிறகு ஒருமுறை தென் கச்சியாரை ஊரில் உள்ள என் வீட்டுக்கு அழைத்துப் போயி ருந்தேன். அவரைக் கண்டதும் என் அம்மாவுக்கு மிகப்பெரிய மகிழ்ச்சி. தென்கச்சியார் ஒரு மாமனிதர். நியாயமாய் பார்த்தால் அவரை அரசாங்கம் பெரிதாக கௌரவிச்சிருக்கணும்." என்று ஆதங்கப்படுகிறார், தங்கர்பச்சான்.

"இத்தனைக்கும் இன்று ஒரு தகவலுக்காக எந்த வகை குரல் தேடலையும் தென்கச்சி செய்யவில்லை. தன்னுடைய இயல்பான

குரலில்தான் பேசினார். மிக எளிமையான அந்தப் பேச்சு நடை அனைவரையும் கவர்ந்தது ஆச்சரியம்தான்! பேசுவது ஒருபுறம் இருக்கட்டும், குரல் 'மாடுலேஷன்' என்பது மிக முக்கியம். எங்கே ஏற்றி, இறக்கி பேச வேண்டும், எங்கே நிறுத்தி பேச வேண்டும் என்பதெல்லாம் அடங்கியதுதான் பேச்சுக்கலை. அந்த வகையில் தென்கச்சியின் பேச்சு 'மாடுலேஷன்' மிகப்பெரிய விஷயம். அதனால்தான் அந்த நிகழ்ச்சி கீழ்மட்டம் வரை போய்ச் சேர்ந்தது" என்கிறார் கும்பகோணத்தை சேர்ந்த பேராசிரியர் முகமது உசேன்.

வெறும் பேச்சுத்திறன் மட்டுமே தென்கச்சிக்கு இத்தனை பெரிய இடத்தை உருவாக்கித் தந்திடவில்லை. அசாத்திய எளிமையும், இனிய பண்பு நலன்களுமே அவரது நீடித்த புகழுக்கு காரணமாக அமைந்தது என்கிறார் சென்னை 'ஹியூமர் கிளப்' அமைப்பின் செயலாளரான சேகரன்.

"எந்த ஒரு விஷயத்தையும் யார் வேண்டுமானாலும் சொல்லலாம். ஆனால் சொல்லுகின்ற விதம், அதற்குள் இருக்கும் விஷயம், அதுவும் எல்லாருக்கும் புரிகின்ற விதமாக சொல்லுகின்ற முறை இதுதான் முக்கியம். எல்லாவற்றுக்கும் மேலாக ஐந்து நிமிடத்திற்குள் சொல்லுகிற சாமர்த்தியம், அனைவரும் ரசிக்கிற மாதிரி ஒரு அழகான நகைச்சுவை. அந்த கணீர் வெண்கலக்குரல் இவைகள்தான் அவரை எல்லா மனித மனங்களிலும் சிம்மாசனம் போட்டு உட்கார வைத்தது.

அதுக்கப்புறம் அந்த மனிதர் தன்னுடைய பழக்க வழக்கங்களாலும் நல்ல ஒழுக்கத்தாலும் எளிமையான குணங்களாலும் எல்லாருடைய மனங்களிலும் இன்றும் ஜம்மென்று ஒரு சக்கரவர்த்தி போல நிரந்தரமாக உட்கார்ந்திருக்கிறார்" என்கிறார் சேகரன்.

ஆமாம்...புகழின் உச்சிக்குப் போனபோதும் எளிமையின் வடிவமாகவே தென்கச்சி இருந்தார். எங்கு போனாலும் வேஷ்டி சட்டைதான். கையில் சொந்தமாக வாட்ச் கூட கட்டியதில்லை. வெறும் தரையில் துண்டு அல்லது பாய் விரித்து தூங்குவதுதான் அவரது வழக்கமாக இருந்தது.

வாழ்நாளின் பிற்பகுதியில்தான் செல்போன் வைத்திருந்தாரே தவிர, மற்றபடி எல்லாமே கடிதப் போக்குவரத்துதான். ஆரம்ப காலத்தில் அவரை தொலைப்பேசியில் தொடர்பு கொள்ள வேண்டுமானால், அலுவலகத்தில் மட்டும்தான் முடியும். வீட்டில் கூட தொலைபேசி கிடையாது. வாழ்நாள் முழுவதும் நடை அல்லது பேருந்து பயணம்தான் ! தவிர்க்க முடியாவிட்டால் ஆட்டோ அல்லது நிகழ்ச்சி ஏற்பாட்டாளர்கள் கார் பிடித்திருந்தால் உண்டு.

புகழ்பெற்ற ஒரு மனிதர் இப்படியும் வாழமுடியுமா? என்று பார்ப்பவர்களை வியப்பால் விழிகளை விரியவைத்தார்.

தென்கச்சிக்கு உலகத்திலேயே ரொம்ப பிடிச்ச விஷயம் 'எளிமை' தான் என்கிறார் அவரின் நெருக்கமான நண்பர்களில் ஒருவரான நல்லாசிரியர் ஆர்.பழனிவேல், அவரோடு நிறைய இடங்களுக்கு பயணம் செய்தவர்.

ஆர்.பழனிவேல்

"வெளியூர் செல்லும் போது ஒரு கைப் பையில் இரண்டு, மூன்று துணி மணிகள் மற்றும் மருந்துப் பொருட்களை எடுத்துக் கொள்வார். அந்தக் கைப்பையும் அவரே எளிதாக சுமக்கும் அளவுக்கே இருக்கும். பிறர் அதை எடுத்து வர ஒப்புக்கொள்ள மாட்டார்.

தன்னால் அடுத்தவர்களுக்கு தொல்லை இருக்கக் கூடாது என்று கருதுவார். அதேபோல் எங்கு தங்கியிருந்தாலும் மற்றவர் களுக்கு தொந்தரவு இல்லாதபடி முன்பே எழுந்து, குளித்துவிட்டுத் தயாராக இருப்பார். ஏதாவது நிகழ்ச்சிக்கு 'கார் அனுப்புகிறேன்' என்றால் கூட 'இல்லை ஆட்டோ பிடிச்சு வந்திடறேன்' என்பார். கட்டாயப்படுத்தினால்தான் உண்டு" என்கிறார் பழனிவேல்.

வேலையில இருந்து ஓய்வுபெற்ற பிறகுதான் அவர் பாஸ் போர்ட்டே எடுத்தார். அதன்பிறகுதான் வெளிநாடுகளுக்குப் போனார். வெளிநாடு போனால் கூட ஏதாவது டிரைவர் வீட்ல போய் படுத்துக்கிடுவார். அப்படியொரு சிம்பிளான மனிதர். ரயில்ல போனாக் கூட 'அப்பர் பெர்த்' கேட்டு வாங்கிக்கிடுவார். காலையில 3 மணிக்கெல்லாம் எழுந்திரிச்சு, காலைக்கடன் முடிச்சு, சேவிங் செய்து, குளிச்சு ரெடியாயிடுவார்" என்கிறார் அவருடன் நிறைய இடங்களுக்கு பயணித்த பொறியாளர் வீரபத்ரன்.

மற்றவர்களிடம் பண்பு மாறாமல் நடந்துகொண்ட தென்கச்சி, வீட்டில் எப்படிப்பட்டவராக இருந்தார்? அவரின் மனைவியும் தம்பியும் சொல்வதென்ன?

12 உடைப்பதை ரசிப்போம்!

ஒரு பெரிய ஞானி. ‘அவருக்குக் கோபமே வர்றதில்லே. அந்த நிலையெல்லாம் கடந்தவர் அவர்’அப்படின்னு எல்லாரும் சொன்னாங்க.

நம்மை மாதிரி ஒரு ஆள் அவரைப் பார்த்தான்.

‘அது எப்படி ஒருத்தருக்கு கோபம் வராமே இருக்க முடியும்? ‘ன்னு அவனுக்கு சந்தேகம்.

எப்படியாவது இந்த ஆளுக்கு கோபத்தை உண்டாக்கிப் பாத்துடனும்’ ன்னு ஒரு ஆசை வந்துட்டுது அவனுக்கு. உடனே அவருகிட்டே போனான்.

வாய்க்கு வந்தபடி கன்னா பின்னான்னு திட்டினான். அவருக்கு கோபம் வரலே. அதுமட்டுமில்லே அவர் முகத்துலே எந்த வித்தியாசமும் தெரியலே. இவனுக்கு ரொம்ப ஆச்சரியம் ‘இது எப்படி இவராலே முடியுது’ ன்னு.

‘சரி... நேராவே அதையும் கேட்டுடுவோமே’ ன்னு முடிவு பண்ணினான்.

“ஏங்க? நான் இவ்வளவு தூரம் உங்களை கண்டபடி திட்டியிருக்கேன். உங்களுக்கு கொஞ்சம் கூட கோவமே வரலையே. உங்களாலே எப்படி இந்த அளவுக்கு பொறுமையா இருக்க முடியுது?” ன்னு கேட்டுட்டான்.

அந்த ஞானி முகத்துலே புன்னகை.

‘உங்க கிட்டே காசு இருக்குதா’ ன்னு கேட்டார். இவனுக்கு இன்னமும் ஆச்சரியம். இவருக்கு கோவம்தான் வரலையே தவிர காசுலே ஆசை இருக்கு போலேயிருக்கு’ ன்னு நினைச்சுட்டான். ச்சே! இவ்வளவுதானா’ ன்னு நினைச்சிக் கிட்டே ஒரு பவுன் காசை எடுத்து அவர்கிட்டே குடுத்தான். அவர் அதை வாங்கினார். மறுபடியும் அவன்கிட்டேயே திரும்பிக் கொடுத்தார்.

“ஏன் இது போதாதா... இன்னமும் வேணுமா?” ன்னு கேட்டான் இவன்.

அதுக்கு அந்த ஞானி சொன்னார்:

“இதோ பாருப்பா... இந்த பவுன் நாணயம் உனக்கு முக்கியமா தெரிய

லாம். இதனாலே எனக்கு ஒண்ணும் பிரயோஜனமில்லே. அதனாலே அதை நான் ஏத்துக்கிலே! கொடுத்தவங்ககிட்டேயே திரும்பி குடுத்துட்டேன். அதே மாதிரி இவ்வளவு நேரமா நீ திட்டின வார்த்தைகள் எதுவுமே எனக்குப் பொருந் தாது. ரொம்ப சிரமப்பட்டு அந்த வார்த்தைகளையெல்லாம் நீ சேகரம் பண்ணி வச்சிருக்கே. அது வீணாயிடப்புடாது. அதனாலே அதையெல்லாம் நீயே வச்சுக்க". அப்படின்னு சொல்லிபுட்டு அவரு சிரிச்சிக்கிட்டே போயிட்டாராம்.

பெரியவங்களாலேதான், இப்படியெல்லாம் நடந்துக்க முடியும். அந்த நிலை மைக்குப் போய்ச் சேர முடியலேன்னாலும் போகறதுக்காகக் கொஞ்சம் முயற்சியா வது பண்ணலாமில்லையா? அதுக்காகத்தான் அப்படிப்பட்டவங்களை அடிக்கடி நினைச்சிப் பார்த்துக்கணுங்கறது"

என்றொரு கதை சொன்ன, தென்கச்சிக்கு கோபம் பிடிக் காது. குறுக்கு வழி பிடிக்காது. அவர் பேசும்போது பெரும் பாலும் 'பணம் முக்கியமில்லை.' அப்படிங்கிற வார்த்தை அடிக்கடி வரும். அதே மாதிரி ரொம்ப இயல்பா ஏட்டிக்கு போட்டியாக வும் பேசுவார். இதெல்லாம் அவரோட குணங்கள்" என்கிறார் அவரது உடன் பிறந்த சகோதரர் வில்வநாதன். இன்னொன்றையும் அவர் நினைவுகூர்கிறார். 'இன்று ஒரு தகவல்' வந்து, அவர் புகழ் பெற்ற பிறகு எங்கிட்ட பேசினதுல மறக்க முடியாதது இதுதான் - 'மக்கள் நம்மளை ரொம்ப உயரத்துல தூக்கி வைச்சுட்டாங்க. கீழே விழாம இருக்கணும்பா..!'

ஏழை - பணக்காரர், தெரிந்தவர் - தெரியாதவர் என்ற வேறுபா டெல்லாம் பார்க்காமல் எல்லோரிடமும் ஒரே மாதிரியாக பழகியவர் தென்கச்சி. முன் பின் அறிமுகமில்லாத தன்னிடம் அவர் பாராட்டிய அன்பை இப்போதும் நெகிழ்ச்சியோடு நினைவில் வைத்திருக் கிறார் ஆடுதுறையில் பிரபல குழந்தைகள் நல மருத்துவராக இருக்கும் சாம்பசிவம்.

தென்கச்சியின் நண்பர்கள்...

“எனக்கு சுவாமிநாதன் சார் பழக்கமே கிடையாது. எங்க மருத்துவமனையில ஒரு அமைப்பு தொடங்கினோம். அதுல கௌரவ ஆலோசகரா அவரை நிய மிக்க முடிவு செஞ்சு போன் போட்டு பேசினேன்.

எத்தனை எளிமையான மனிதர். நானே நேர்ல வர்றேன்னு சொன்னார். நான்தான் கட்டாயப்படுத்தி அவரைப் பார்க்கப் போனேன். சரின்னு சம்மதம் சொல்லி எங்க மருத்துவமனை சார்பா நடந்த பல கூட்டங்கள்ல அவர் பேசியி ருக்கிறார். எங்களை ரொம்பவே கௌரவப்படுத்தியிருக்கார்.

டாக்டர் சாம்பசிவம்

அவர் சொன்ன நகைச்சுவையில எங்க மருத்துவமனை நோயாளிங்களே விழுந்து விழுந்து சிரிச்சாங்க. அவர் சொன்ன அன்று ஒரு தகவல் இது.

“அந்த அலுவலக மேலாளரைக் கண்டாலே அனைவருக்கும் பயம். காரணம், அவர் எரிந்துவிழாத ஆளே கிடையாது. தினமும் காலையில் வேலைக்கு வந்தவுடன் வரிசையாக ஒவ்வொருவரையும் அழைத்து திட்டுவதுதான் அவரது முதல் பணியே. இதனால் காலையிலேயே அந்த அலுவலகத்தில் அனைவரும் ‘மூட் அவுட்’ ஆகிவிடுவார்கள்,. ஆனால் ஒரே ஒரு பெண்மணி முகத்தில் மட்டும் எந்தவித தடுமாற்றமும் இல்லாமல் எப்போதும் போல காட்சியளிப்பாராம் !

எம்.நடராஜன்

அதெப்படி? அவரால் மட்டும் முடிகிறது? என்பதைத் தெரிந்துகொள்ள மற்ற அலுவலர்கள் அவரிடமே நேரிடையாகச் சென்று கேட்டார்களாம். அந்தப் பெண்மணி தனது மேசை டிராயரில் இருந்து ஒரு புகைப்படத்தை எடுத்துக் காண்பித்தாராம். அது அவரது கணவரின் புகைப்படம். அந்தப் பெண்மணி சொன்னாராம். மானேஜர் எரிந்துவிழுந்தால், நான் நேராக வந்து இந்தப் புகைப்படத்தை எடுத்து ஒருமுறை பார்த்துக்கொள்வேன். ‘இவரை திருமணம் செய்து 24 ஆண்டுகள் ஆகிறது. இவரிடமே குடும்பம் நடத்திவிட்டேன். இந்த மானேஜர் எம்மாத்திரம்?’ என்றாராம்.

தென்கச்சி சுவாமிநாதன் பேசிய மேடைகள் பல ஆயிரத்தைத் தாண்டும். எந்த மேடையிலும் அவர் பேசியதற்காக ஒரு தொகையைக் கேட்டு வாங்கியதில்லை. கட்டாயத்தின் பேரில் பணம்

5 ரூபாய் நோட்டுக்கட்டு

திருப்பதி ஏழுமலையான் பாதத்தில் வைத்து பூஜை செய்யப் பட்ட புத்தம் புதிய 5 ரூபாய் பணக் கட்டு ஒன்றை தென்கச்சியிடம் பிரிய மாக அன்பர் ஒருவர் கொடுத்தார். மஞ்சள் பையில் இருந்த அந்தப் பணத்தைத் தினமும் வீட்டில் வைத்து வழிபட்டால் செல்வம் பெருகும் என்பது ஐதீகம். வேண்டாம் என்று தென்கச்சி சொல்லியும் அந்த அன்பர் விடவில்லை.

அவர் சென்றபிறகு, கஞ்சனூரில் புது வீடு கட்டிக் கொண்டிருந்த சிவகாசி என்கிற உறவினர் வந்தார். அவரிடம் அந்த பணப்பையை எடுத்துக்கொடுத்த தென்கச்சி, 'பத்திரமாக வைச்சுக் கோ' என்று சொல்லி வாழ்த்தி இருக்கிறார். அந்தப் பணக் கட்டோடு தென்கச்சியையும் இன்று நினைத்துக்கொண்டிருக் கிறது அந்தக் குடும்பம்.

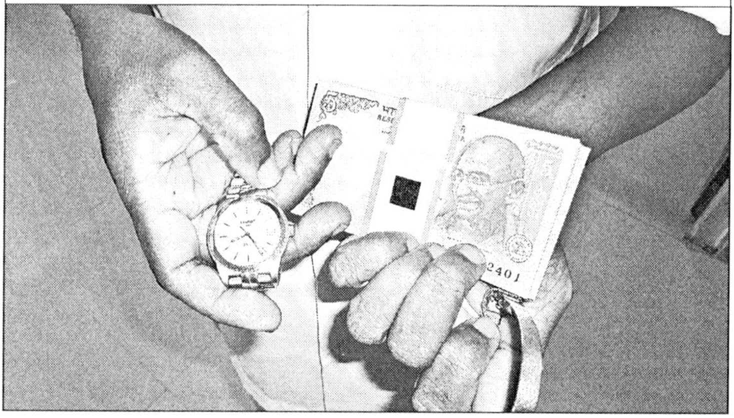

கொடுத்தால் அதனை ஆதரவற்றோர் இல்லங்களுக்கு கொடுத்து விடும்படி கூறிவிடுவார்.

அந்த வகையில் வலங்கைமான் அருகே இருக்கும் தில்லையம் பூர் முதியோர் காப்பகம் தென்கச்சியின் பாசத்திற்குரிய இடம். 1988ல் உதயமான இந்த இல்லத்தை ஓய்வுபெற்ற பொறியாளரான நடராஜன் என்பவர் நடத்திவருகிறார். அங்குள்ள ஒரு கட்டிடத்திற்கு 'தென்கச்சி சுவாமிநாதன் அரங்கம்' என்ற பெயரைச் சூட்டி இருக்கிறார்.

"முதன் முதலாக ஒரு ஓலைக் குடிசையில்தான் இதைத் தொடங்கினோம். அப்போதிருந்தே தென்கச்சி இங்கே வருவார். தங்குவார், பேசுவார்.

நாங்க ரெண்டுபேரும் பி.யூ.சி ஒண்ணாத்தான் படிச்சோம். ஆனா, அப்பத் தெரியாது, அவரு ரேடியோவுக்காக பேட்டி

எடுக்க வந்தபோதுதான் நாங்க ஒண்ணா படிச்சதே எங்களுக்குத் தெரியும். கும்பகோணம் எம்.எல்.ஏ அன்பு இந்த இல்லத்துக்கு ரூ.3 லட்சம் கொடுத்தார். அதுக்கு காரணமே தென்கச்சிதான். பல உதவிகள் செஞ்சிருக்கிறார்.

எவ்வளவு சிம்பிளா வாழ முடியுமோ அப்படி வாழ்ந்த மனுசர். சிம்பிளா வாழ்றதுலதான் சந்தோஷம் இருக்கும்பார். எளிமை தான் இன்பங்குறது அவரோட கொள்கை. இங்க வந்தா, ஒரு பாயை விரிச்சுதான் படுத்து தூங்குவார்.

அவரு ஆத்திகரா? நாத்திகரா? கண்டேபிடிக்க முடியாது. அதுக்கு நல்லா விளக்கம் சொல்லுவார். நம்புங்கள் நடக்கும்னு சொல்றவன் ஆத்திகன். நடக்கட்டும் நம்புறோம்னு சொல்றவன் நாத்திகன்பார்" என்கிறார் நடராஜன்.

ஊருக்கெல்லாம் அற்புதமான மனிதராக இருந்த தென் கச்சி வீட்டில் எப்படி இருந்தார்? கிட்டத்தட்ட வள்ளுவன் - வாசுகி கதைதான் சுவாமிநாதன் - மகாலட்சுமி கதையும்! கண் கலங்கியபடியே மனம் திறந்தார் மகாலட்சுமி.

"அவங்க யார் மேல, எப்படி பாசம் வைச்சிருக்காங்கன்னு கண்டேபிடிக்க முடியாது. ரொம்ப அமைதியா, பொறுமையா இருப்பாங்க. யாருகிட்டேயும் அதிக பாசம் வைக்கக் கூடாது. அதுவே சுமை ஆயிடும்பாங்க. ஆண்டுதோறும் திருமண நாள்ல காலையில திடீர்னு ஒரு கைத்தறி சேலையைப் பரிசா குடுப்பாங்க. ஆச்சர்யமா இருக்கும். எப்போ, எப்படி, எடுத்துக்கிட்டு வந்தாங்கன்னே தெரியாது.

அவங்களுக்கு பேரன் நவீன்னா உசிரு. அவனை முதுகிலேயும், தோள்லேயும் தூக்கி விளையாடாத நாளே கிடையாது. அவன் கேட்டு எதையும் வாங்கித்தராம விட்டதுமில்லை. நவீனுக்கு பொம்மைன்னா உசிரு. குறிப்பா கார் பொம்மை, ஆயிரம் கார்

மிகவும் பிடித்த தில்லையம்பூர் முதியோர் இல்லத்தில் தென்கச்சி பேசியபோது...

பொம்மையாவது வாங்கி குடுத்திருப்பாங்க. சில சமயம் வாங்கிட்டு வந்த வேகத்திலேயே போட்டு உடைச்சிடுவான். அதைப் பார்த்து சிரிப்பாங்க. நாம ஏதாவது சொன்னா, 'பசங்களுக்கு உடைக்கிறதுலதான் சந்தோசம். திட்டக்கூடாது. அதப் பாத்து ரசிக்கணும்பாங்க'

பேரன் பிறந்தநாளில் தென்கச்சி தம்பதி

ஒரு தடவ ஷேவிங் பண்ணிக்கிட்டு இருந்தாங்க. பேரன் என்னடான்னா அந்த கிரீமைப் பூராவும் பிதுக்கி எடுத்து, தோசைமாவுமாதிரிதரையிலபோட்டுமெழுகிட்டிருந்தான். ஷேவிங் பண்ணிக்கொண்டே முழுசையும் பார்த்து சிரிச்சுகிட்டிருந்தாங்களே தவிர, ஒரு வார்த்தை கூட கேட்கலை. அதற்கு கோபபட்ட எங்கப் பெண்ணைப் பார்த்து, இதெல்லாம் இப்போ ரசிக்கல்லன்னா, எப்போ ரசிக்கிறதுன்னு கேட்டாங்க.

சாம்பாரில் உப்பு இல்லையா? காபியில சர்க்கரை இல்லையா? ஊஹூம். சொல்லவே மாட்டாங்க. ரசம், ஓட்ஸ், கஞ்சி, கிரீன் டீ, சிக்கன் அவங்களுக்கு ரொம்பப் பிடிக்கும். எங்களுக்கு திருமணம் நடக்கிறப்ப அவங்களுக்கு வயது 27. எனக்கு வயது 16, என் படிப்பு 6ஆம் வகுப்புதான். கடைசி வரைக்கும் எனக்கு அவங்கதான் உலகம். மனசுல அவங்க என்ன நினைக்கிறாங்கன்னு எனக்குத் தெரியும். அதைச் செய்றதுலதான் எனக்கு சந்தோசமே.

சீர்காழி கோவிந்தராஜன், டி.எம்.எஸ், வாணி ஜெயராம் பாட்டுன்னா காதுல ஹெட்போனை மாட்டிகிட்டு ரொம்ப ரசிச்சி கேட்பாங்க. குறிப்பா 'சின்னஞ்சிறு பெண் போலே' பாட்டு ரொம்ப பிடிக்கும். அவங்க ஆஸ்திகரா, நாஸ்திகரா சொல்லவே முடியாது. திருநீறு கொடுத்தா பூசிக்குவாங்க. கற்பூரம் காட்டுங்கன்னா காட்டுவாங்க. அவ்வளவுதான் விவாதிக்க மாட்டாங்க..

மாசா மாசம் வீட்டுச் செலவுக்கு இவ்வளவு ரூபாய்ன்னு கேட்பேன். கூடுதலாகவே குடுப்பாங்க. மளிகை சாமான் வாங்குறதுல இருந்து வீட்டுவேலை எல்லாத்தையும் நானே பார்த்துக்குவேன். அப்படின்னாத்தான் அவங்களோட வேலைய சிறப்பா செய்ய முடியுங்கிறது என்னோட எண்ணம். எழுதிக்கிட்டு இருந்தாங்கன்னா, ஒரு மணி நேரத்துக்கு ஒரு தடவை கிரின் டீ போட்டு குடுப்பேன். 7 மணி, 8 மணிக்கெல்லாம் தூங்கப் போயிடுவாங்க.

சென்னையில இருக்கிறப்ப, மடிப்பாக்கத்துல இருந்தோம். அவங்க நண்பர்களோட கட்டாயத்தின் பேர்ல 'ரிட்டையர் மென்ட்' பணத்துல இருந்து, அரை கிரவுண்ட் இடத்தில் ஒரு வீடு கட்டினோம். அந்த வீட்ல இருக்கிறப்ப, எப்பவும் ஊர்க்காரங்க, உறவுக்காரங்க வந்து போயிகிட்டே இருப்பாங்க. ஊரிலிருந்து சென்னைக்கு மருத்துவ சிகிச்சைக்கு யாராவது வந்தா தங்குறது எங்க வீடுதான். எல்லாரையும் சிரிச்ச முகத்தோட காலம் பூராவும் உபசரிச்சுக்கிட்டேதான் இருந்தாங்க.

எங்க பேரன் நவீனால தாத்தாவை மறக்க முடியல. அப்படி ஒருத்தருக்கொருத்தர் பாசமா இருந்தாங்க. பேரனை, 'வாங்க, போங்க' ம்பாங்க. இவன் அவங்கள, 'வாடா- போடா' ம் பான். அவங்களும் 'என்னை வாடான்னு கூப்பிடு. அப்படின்னாத் தான் வருவேம்பாங்க'. வெளியே போகும்போது, பேரனுக்குத் தெரியாமத்தான் போவாங்க. இல்லைன்னா போகவிடமாட்டான்.

ஒரு தடவ அவங்களோட நண்பர் கமலா தியேட்டர் அதிபர் வி.என்.சிதம்பரம் வந்தப்ப, நீங்க காரை வச்சிகிட்டு பஸ் ஸ்டாண்டு பக்கம் நில்லுங்க. நான் வர்றேன்னுட்டு நைசா கிளம்பிப் போனாங்க.

இன்னொரு தடவ ஒரு விழாவுல கலந்துக்கிடறதுக்காக மதுரைக்குப் போயிருக்கிறாங்க. ரெயில் நிலையத்துல மாலை அணிவிச்சு வரவேற்ற சமயம். விஷயம் தெரிஞ்சு நவீன் போனைப் போட்டு 'ஏன்டா எங்கிட்ட சொல்லாம போயிட்டன்னு' கேட்டிருக்கிறான். அவங்க சிரிச்சத பாத்துட்டு அங்க உள்ளவங்க என்னான்னு கேட்டாங்களாம்.

ஒண்ணுமில்லே 'ஒரு பக்கம் வாழ்த்து; இன்னொரு பக்கம் வசவு' ன்னாங்களாம்.

என் வாழ்க்கையில் அவங்க கோபப்பட்டு நான் பார்த்தது ஒரே முறைதான். அவங்களுக்கு நெஞ்சுவலி வந்து டாக்டர் சொக்கலிங்கம் ஆபரேசன் செய்யணும்னு சொன்னார். இவங்க மாட்டேன்னுட்டு வந்துட்டாங்க. 'ஆபரேசன் செஞ்சிடலாமே 'ன்னு நாங்க கட்டாயப்படுத்தினப்பதான் அவங்க கோபப்பட்டு நாங்க பார்த்தோம்" என்று கலங்குகிறார் மகாலட்சுமி.

அலுவலகம், வீடு என எல்லா இடங்களிலும் அற்புதமான மனிதராக நடந்துகொண்ட தென்கச்சி, வானொலியில் இன்று ஒரு தகவலைத் தொடர முடியாமல் போனதேன்?

நிறைவேறாத அவரது கனவு எது?

13 பூனையின் பல் நல்லதா? கெட்டதா?

'உலகம் நல்லதா? கெட்டதா?' அப்படின்னு ஒரு பெரியவரைப் பார்த்து ஒருத்தர் கேட்டார்.

அவரோ, கேள்வி கேட்டவரைத் திருப்பி கேட்டார். 'பூனைக்கு பல் இருக்கே. அது நல்லதா? கெட்டதா?'

'என்னது நாம உலகத்த பத்தி கேட்டா இவரு பூனை பத்தி கேட்கிறாரு'ன்னு கேட்டவர் யோசித்தார். அந்தப் பெரியவரே தொடர்ந்தார்.

'பூனையின் பல் பற்றி கேட்டால், யாரிடம் அந்தக் கேள்வியைக் கேட்கிறோமோ, அதற்குத் தகுந்தபடிதான் பதில் வரும். பூனையோட குட்டிக்கிட்ட கேட்டா அது என்ன பதில் சொல்லும்?'

'எங்க அம்மாகிட்டே இருக்கிறது வெறும் பல் இல்லே. கருணையின் வடிவம். அந்தப் பல்லாலேதான் அம்மா என்னைக் கவ்வி தூக்குவாங்க. பாதுகாப்பான இடங்களுக்கு என்ன தூக்கிட்டுப் போறது அம்மாவின் பல்தான். அது இல்லேன்னா நான் இல்லை' அப்படின்னு குட்டிப் பூனை சொல்லும்.

ஆனா இதே கேள்வியை ஒரு எலி கிட்டே போய் கேளுங்க... 'பல்லா அது? எமன். அந்த பல்லோட கொடுமை என்னான்னு கடிபடற எனக்குத்தானே தெரியும்.' அப்படின்னு புலம்பும்.

பூனையின் பல்லை அதோட குட்டி பார்க்கிற பார்வை வேற. எலி பார்க்கிறது வேற. அதே மாதிரிதான் இந்த உலகம் நல்லதா, கெட்டதா என்பது அதைப் பார்க்கிறவங்கள பொறுத்தது. உலகம் இருக்கும் வரைக்கும் நல்லதுன்னு சொல்றவங்களும் இருப்பாங்க. கெட்டதுன்னு சொல்றவங்களும் இருப்பாங்க.

உதாரணத்திற்கு எப்பவும் மகிழ்ச்சியா இருக்கிற ரெண்டு பேர் சந்திச்சுக்கிட்டாங்க. சந்தோஷத்திற்கு காரணம் பற்றி பேச்சு வந்தது. ஒருத்தன் சொன்னான்.... 'என் அத்தைப் பொண்ணு என்னைத்தான் கல்யாணம்

பண்ணிக்குவேன்னு உறுதியா சொல்லிட்டு... அதான் சந்தோஷமா இருக்கேன்'

இன்னொருத்தன் சொன்னான்... ' என் அத்தைப்பொண்ணு உறுதியா என்னைக் கட்டிக்க மாட்டேன்னு சொல்லிட்டு... அதனாலதான் நான் சந்தோஷமா இருக்கேன்'

இப்ப சொல்லுங்க. உலகம் நல்லதா? கெட்டதா?

உலக யதார்த்தத்தைப் பளிச்சென புரியவைக்கும் கதையைப் போலவே தென்கச்சியின் வாழ்விலும் சில சம்பவங்கள் நடந்தன. 2002. ஜூன் மாதம் 30ம் தேதி. தமிழகத்தை வார்த்தை ஜாலங்களால் மந்திரித்து போட்ட தென்கச்சி கோ.சுவாமிநாதன், வானொலி பணியிலிருந்து ஓய்வு பெற்ற நாள். நெல்லையிலிருந்து ஆசிரியராக பதவி உயர்வு பெற்று சென்னை வந்த அவர், ஓய்வு பெறும்போது நிலைய உதவி இயக்குநராக இருந்தார்.

1988ம் ஆண்டு ஜூலை மாதம் 1 ந் தேதி காலை 7.35 மணிக்கு இன்று ஒரு தகவலைத் தொடங்கிய தென்கச்சி, 2002 ஜூன் 30ந் தேதியோடு விடை பெற்றார். வானொலி வரலாற்றிலேயே 'இன்று ஒரு தகவல்' போன்று சூப்பர் டூப்பர் ஹிட்டான நிகழ்ச்சி இல்லை என்பதால் அதனை தென்கச்சி இல்லாமல் எப்படி தொடருவது என்ற கேள்வி எழுந்தது.

தென்கச்சி சுவாமிநாதனுக்குப் பிறகு இந்தப் பணியைச் செய்யப்போவது யார்? தென்கச்சியாரின் பணி வயதை அதிகரிக்கலாமா? அல்லது நிகழ்ச்சியை நிறுத்துவதா? என்பன போன்ற யோசனைகள் முன்வைக்கப்பட்டன. அப்போது பி.ஆர்.குமார் என்பவர் சென்னை வானொலி நிலைய இயக்குநராக இருந்தார். தென்கச்சிக்குப் பணி நீட்டிப்பு வழங்க வலியுறுத்தி குரல்கள் எழுந்

கலைமாமணி விருது பெற்றதற்காக நண்பர்கள் நடத்திய பாராட்டுவிழாவில்...

கலைமாமணி கலாட்டா

தென்கச்சி சுவாமிநாதனுக்கு கலைமாமணி விருது கொடுப்பது என்று முடிவெடுக்கப்பட்டது. இது தொடர்பாக அவரைத் தொடர்பு கொண்ட அரசு அலுவலர் ஒருவர், 'உடனடியாக உங்களது புகைப்படங்கள் இரண்டும், வாழ்க்கைக் குறிப்பும் அனுப்பி வையுங்கள்' என்று அவசரப்படுத்தினார். 'இதோ பாருங்கள்...என்னிடம் புகைப்படம் இல்லை. இன்று சனிக்கிழமை. நாளைக்கு எங்கள் பகுதியிலுள்ள போட்டோ ஸ்டுடியோ இருக்காது. திங்கள் கிழமை எடுத்து அனுப்பி வைக்கிறேன்' என்று நிதானமாக பதில் சொன்னார். 'என்ன இப்படி சொல்றீங்க.. எவ்வளவு பெரிய விருது கொடுக்கிறோம். உடனே அனுப்பி வைங்க' என்று கொஞ்சம் அதிகார தொனியில் அந்த அலுவலர் சொன்னார்.

ஏனெனில் இவ்விருதுக்காக சிபாரிசுகளைப் பிடித்துக் கொண்டு பலர் அலைவது வழக்கம். தென்கச்சிக்கு அதைப்பற்றியெல்லாம் கவலை இல்லை. 'இதோ பாருங்க... நான் உங்ககிட்ட வந்து விருது கொடுங்கன்னு கேட்டேனா? என் வசதிப்படிதான் செய்ய முடியும். விருப்பம் இல்லன்னா விட்டுடுங்க' என்றபடி தொலைபேசியை வைத்துவிட்டார். இத்தகவல் இயல் இசை நாடக மன்றத் தலைவருக்குத் தெரிந்து, அவரே நேரடியாக தென்கச்சியிடம் பேசி வருத்தம் தெரிவித்து, விவரங்களைப் பெற்று கலைமாமணி விருது வழங்கப்பட்டது. கலைமாமணி என்று இல்லை; தென்கச்சி வாங்கிய எல்லா விருதுகளுமே அவரைத் தேடி வந்தவைதான்!

தமிழக முதல்வர் ஜெயலலிதா 'கலைமாமணி' விருது வழங்கியபோது...

தன. பல கடிதங்களும் மேலிடத்துக்குப் பறந்தன. இதற்கு முன்பு பணி நீட்டிப்பு செய்யப்பட்ட உதாரணங்கள் இருந்த போதிலும் ஏனோ தென்கச்சிக்கு அந்த வாய்ப்பு மறுக்கப்பட்டது. அந்த நாளை நினைவுகூர்கிறார், அப்போது தென்கச்சியுடன் பணியாற்றிய என். சி.ஞானப்பிரகாசம்.

"தென்கச்சியாரோட திறமைக்கு அவரது பணியை நீட்டிப்பு செஞ்சிருக்கலாம். எவ்வளவோ பேரு சிபாரிசு செஞ்சாங்க. டெல்லிக்கெல்லாம் பேசிப் பார்த்தாங்க. ஊஹூம்.... ஒண்ணும் நடக்கலை. ஒரு பழமொழி சொல்வாங்க, 'செத்தும் கொடுத் தான் சீதக்காதி'ன்னு. அப்படித்தான் தென்கச்சியார் மறைஞ்சும் அவரோட இன்று ஒரு தகவலை இன்னைக்கும் ரேடியோ ஒலிப ரப்பு செஞ்சுக்கிட்டு இருக்கு" என்கிறார், ஞானப்பிரகாசம்.

'இன்று ஒரு தகவல்' மூலம் புகழ்பெற்ற தென்கச்சி ஓய்வு பெறப்போகிறார் என்பது தெரிந்ததும் தனியார் தொலைக் காட்சிகள் அவரை முற்றுகையிட்டன. ஆனாலும் வானொலியில் பணி நீட்டிப்பு அல்லது தொகுப்பூதியத்தில் பணிபுரிய வாய்ப்பு கிடைத்தால் அதற்குத்தான் முன்னுரிமை என்ற முடிவில் இருந்தார் தென்கச்சி.

வானொலி நிர்வாகமும் சற்றுக் குழம்பிப்போய்தான் இருந்தது. காரணம், அவ்வளவு பிரம்மாண்டமான நிகழ்ச்சியை நிறுத்தி விடவும் முடியாது. இதை தென்கச்சி வெளியில் இருந்தபடி யும் செய்யமுடியாது. அதற்கு நிர்வாக விதிகள் அனுமதிக்காது. மேலும் அந்த நிகழ்ச்சி மூலம் நல்ல விளம்பர வருமானமும் வந்து கொண்டிருந்தது.

சரி, இந்த நிகழ்ச்சியை நடத்துவதற்கு வேறு யாராவது இருக்கிறார்களா? ஒரு வழியாக புதிய தேடுதல் தொடங்கியது.

முன்பு திருச்சியில் 'நகைச்சுவை அரங்கம்' நிகழ்ச்சியை நடத்திக் கொண்டிருந்த இளசை சுந்தரம், அப்போது சென்னை வானொ லியில்தான் பணியாற்றிக்கொண்டிருந்தார். நிலைய இயக்குநர் பி.ஆர். குமாருக்கு, இளசை சுந்தரம் மீது ஒரு அபிப்ராயம் இருந்தது.

இறுதியாக தென்கச்சியிடமே இந்தக் கேள்வி வந்தது!

பி.ஆர்.குமார் கேட்டார் 'உங்களுக்கு பிறகு இதனை யாரால் திறம்பட நடத்த முடியும் என்று நினைக்கிறீர்கள் ?'

தென்கச்சி பணிவுடன் சொன்னார். 'நிச்சயம் இளசை சுந்தரம் நன்றாக நடத்துவார். அவருக்கு அந்த ஆற்றல் இருக்கிறது.'

இதோ.... இளசை சுந்தரம் மனம் கனத்து பேசுகிறார்.

"உண்மையிலேயே சொல்கிறேன். அவர் என்னிடம் பொறுப்பை வழங்கியபோது அவரது கண்கள் லேசாகக் கலங்கி இருந்தன. நானும் ஏறக்குறைய அதே மனோபாவத்தில்தான் இருந்தேன். அவர் பெற்ற பிள்ளையை வளர்க்கும் பணியை என்னிடம்

ஒப்படைத்ததாக அவர் உணர்ந்திருக்க வேண்டும்.

'என்னை விட கொம்பன் யாருமில்லை' என்று இறுமாப்பு கொள்ளாமல் இந்த இளசை சுந்தரத்தைக் கை காட்டினாரே...மற்றவர்களின் ஆற்றலையும் மதிக்கத் தெரிந்த மகான் அவர். என்னை சிறப்பாக செய்யுங்கள் என்று வாழ்த்தியதோடு மட்டுமல்ல, செய்யமுடியும் என்ற நம்பிக்கையையும் தந்தார்.

இளசை சுந்தரம்

'வரலாறு என்பது வந்து போனவர்களில் தொகுப்பு அல்ல; தந்து போனவர்களின் தொகுப்பு' என்பார்கள். வரலாறு படிப்பது முக்கியமல்ல, வரலாறு படைக்க வேண்டும். பிறர் தடம் பார்த்து நடப்பது முக்கியமல்ல. நாமும் தடம் பதிக்க வேண்டும். பிறர் உயரத்தை அண்ணாந்து பார்த்து ஆச்சரியப்படுவது முக்கியமல்ல. நமது உயரத்தை பிறர் பார்க்கும்படி வாழவேண்டும். உயிரோடு வாழ்வது மட்டும் வாழ்க்கை அல்ல, உயர்வோடு வாழ வேண்டும். இதற்கெல்லாம் இலக்கணமாகச் சொல்லும்படி வாழ்ந்தவர் தென்கச்சியார். தொலைக்காட்சி வந்த பிறகும், காது வழி நுழைந்து பலரின் இதயங்களை வருடியவர். பிரம்மாண்ட செய்திப் பாதைகளைச் செதுக்கி, அதை கையளவுச் சிற்பமாக ஆக்கி நகைச்சுவை மூலம் கண் திறப்பு செய்தவர்.

சென்னை வானொலியில் அவரோடு சேர்ந்து பணியாற்றிய அந்தப் பொற்காலத்தை எண்ணிப் பார்க்கிறேன். அவர் அறிஞராக மட்டுமல்ல, மாமனிதராகவும் வாழ்ந்து காட்டியவர். நோகாமல் நிதானமாக நடப்பவர் மட்டுமல்ல, பிறர் மனம் நோகாமலும் நடப்பவர்" என்று சொல்லும் இளசை சுந்தரம், தென்கச்சிக்குப் பிறகு பயந்துகொண்டேதான் இன்று ஒரு தகவலின் முதல் பத்து பகுதிகள் செய்து கொடுத்ததாக தெரிவித்தார்.

கிட்டத்தட்ட 4 ஆண்டுகள் இளசை சுந்தரம் அந்த நிகழ்ச்சியை நடத்தினார். ஒரு கட்டத்தில் இளசை சுந்தரம் மதுரை வானொலிக்கு இயக்குநராக சென்று, 2006ல் பணி ஓய்வு பெறும் வரையில் இன்று ஒரு தகவல் தொடர்ந்தது. அதன் பிறகு நின்று போனது.

வானொலி பணி நீட்டிப்பு தரவில்லை என்றதும் தமிழின் 'நம்பர் ஒன்' தொலைக்காட்சியான சன் டி.வி தென்கச்சியை வாரி அணைத்துக்கொண்டது.

அங்கும் கதை சொல்வதில் அவர் சாதனை நிகழ்த்தினார். 'இன்று ஒரு தகவல்' , சன் டி.வியில் 'இந்த நாள் இனிய நாள்' என்ற தலைப்பு தாங்கி தினந்தோறும் காலையில் ஒளிபரப்பானது.

அந்த நிகழ்ச்சியின் தயாரிப்பாளரான சிவசு சொல்கிறார்....

தென்கச்சியார் காலம்ங்கிறது மக்கள் கதை கேட்டு முடிஞ்ச காலம். யாரும் கதையே கேட்க முன் வராதப்ப, இவர் கதை சொன்னாரு. பெரும்பாலான அரசியல் தலைவர்கள் பேசுறது இவர் சொன்ன கதையாகத்தான் இருக்கும்.

கிட்டத்தட்ட சன் டிவியில 8 வருஷம் கதை சொல்லியிருப்பார். திங்கள் முதல் வெள்ளி வரை ஒரு கதையைக் கூட அவர் திரும்பச் சொன்னது கிடையாது. ஒரு வகையில அது சாதனைதான்.

எந்தத் தொலைக்காட்சியிலேயும் வேற யாரும் இப்படிக் கதை சொன்னது கிடையாது. சொல்லவும் முடியாது. வாரத்துல 5 நாள். 5 நாளும் 5 கதையும் 5 வெரைட்டியா இருக்கும். 'ரெடி, டேக்னா' பேச ஆரம்பிப்பார். கையை உசத்திக் காட்டினா முடிச்சிடுவார். பெரும்பாலும் எடிட்டிங் வேலையே இருக்காது.

அதே மாதிரி காபியோ, டீயோ குடிச்சது கிடையாது. தண்ணி குடுத்தா சாப்பிடுவார். அதுவும் குடுத்தால் மட்டும்தான். இல்லேன்னா போய்கிட்டே இருப்பார். 8 வருஷம் அவர் மடிப் பாக்கத்துல இருந்து சைதாப்பேட்டைக்கு பஸ்லதான் வருவார். பிறகு அங்கிருந்து எங்க கார்ல வருவார். மடிப்பாக்கத்துல இருந்து அழைச்சிகிட்டு வந்து, பிறகு கொண்டு போய் விடுறோம்னு எவ்வளவு சொல்லியும் கேட்கல. சன் டிவி நிர்வாகத்தின் கட்டாயத்தின் பேரில்தான் சைதாப்பேட்டையில இருந்து கார்ல வர்றதுக்கு கூட சம்மதிச்சார்.

இதில் விஷேசம் என்ன தெரியுமா ? சன் தொலைக்காட்சி யில் கிடைத்த வருமானத்தை தென்கச்சியார் வீட்டுக்கு எடுத் துச் செல்லவில்லை. அந்த வருமானத்தை அனாதை மற்றும் முதியோர் இல்லங்களுக்கு வழங்கிவிட்டுத்தான் வீடு போய்சேர்வார். பந்தாவே இல்லாத அப்படியொரு மனிதரைப் பார்ப்பது அரிது. யோகி, ஞானின்னு சொல்வோமே... அது மாதிரியான மனிதர். பொது நிகழ்ச்சிகள்ல கலந்துக்கிறதுக்கு யார் கேட்டாலும் சம் மதித்து விடுவார். தேதி இருந்தா மாட்டேன்னு சொல்ல மாட்டார். அதே மாதிரி பணமும் வாங்க மாட்டார். நான் ஒருமுறை இதுபற்றி கேட்டப்போ அவர் சொன்னார், "ரிட்டையர்டு ஆகி வீட்ல சும்மா இருக்கிறோம். நம்மள பேசக் கூப்பிடறாங் கன்னா.. நாமதான் அவங்களுக்கு பணம் தரணும். அதுதானே நியாயம்." இப்படியொரு மனிதர். அவர் கதை மட்டுமல்ல; கவிதை எழுதுவார். மரபுக் கவிதை எழுதுவார். வெண்பா பிரமாதமா எழு துவார். ஆல் இன்டியா ரேடியோவில பெரும்பாலான 'டைட்டில் சாங்' இவர் எழுதினதுதான். வெளியே தெரியாது.

அவர் அடிக்கடி சொன்னதுல எனக்குப் புடிச்சது, 'மனு சன்னா கவலையில்லாம வாழணும்' ..'தப்பா யோசிக்கக்கூடாது'.

▸ ஆய்குடி அமர்சேவா சங்க நிகழ்ச்சியில் பங்கேற்றபோது...

அவருக்கு குழந்தைங்க நல்ல முறையில வளரணும்னு ரொம்ப ஆசை. அதுக்காகவே நிறைய கதை சொல்லியிருக்கார்.

டி.வியில கூட யானை, பூனை, சிங்கம் பேசுற மாதிரி டயலாக் எழுதி ஒரு புதுமை செஞ்சார். ஆனா தொடர்ந்து பண்ண முடியல. அதே மாதிரி கான்செப்ட் இன்னும் யாரும் கையில எடுக்கலை. திருக்குறளை வைச்சு கூட வித்தியாசமா 10 எபிசோடு பண்ணினார்.

அவர் வாயில இருந்து அமங்கல வார்த்தைகளே வராது. எந்த வி.ஐ.பி.யையும் தேடி அவர்களது வீட்டுக்கு போனது கிடையாது. அவர், தனக்குன்னு ஒரு கட்டம் போட்டிருப்பார். ஒருபோதும் அதைத் தாண்டி வெளியே வரமாட்டார். எதையும் முன்னாடியே திட்டமிட்டு செய்வார். ஒரு மாசத்துக்கு முன்பே நிகழ்ச்சியைத் தயார் பண்ணிட்டு 'எப்ப எடுக்கலாம்'னு நமக்கு சாய்ஸ் குடுப்பார். அவரோட பிளான் கரெக்டா இருக்கும்.

பத்திரிகைகள் அவரை முழுமையாக வெளி உலகுக்கு சொல்லலையேங்கற ஏக்கம் எனக்குள்ள உண்டு. நிச்சயமா எல்லோருடைய வாழ்க்கைக்கும் அவர் ஒரு முன்மாதிரிதான்" என்று பெருமூச்சு விடுகிறார் சிவசு.

எல்லாவற்றையும் போன்று கடிதங்கள் எழுதுவதிலும் தென்கச்சி தனித்துவம் காட்டினார். அது என்ன? சக பேச்சாளர்கள் அவரோடு சண்டை போட்டது எதற்காக?

புடலங்காய் ஏன் பாம்பு மாதிரி இருக்கு?

14

உங்களுக்கு எரிச்சல் வர்றாப்போல ஒரு கேள்வி கேக்கட்டுமா?

நெல்லிக்காய் ஏன் நெல்லிக்காய் மாதிரி இருக்கு? அது ஏன் அவரைக் காய் மாதிரி இருக்கக்கூடாது !

உங்களுக்கு கோபம் வர்றதுக்குள்ளே நானே சொல்ல வந்த விஷயத்துக்கு வந்துடறேன். இயற்கை இந்த உருவங்கள்லே சில ரகசியத்தை மறைச்சி வச்சிருக்கு. நம்ம உடம்புக்குள்ளே இருக்கிற சில உறுப்புகளுக்கும் காய், பழம் இதோட உருவத்துக்கும் சில ஒற்றுமை இருக்கு.

இது சம்பந்தமா நம்ம முன்னோர்கள் கொஞ்சம் ஆராய்ச்சி பண்ணியிருக்காங்க.

இப்ப இண்டியன் வால்நெட்னு சொல்றோமே. வாதுமை அதோட உருவம் எப்படின்னா, மேலே கடினமான ஓடு. உள்ளே அந்த ஓட்டுலே ஒட்டாமே தனியா இருக்கும். நம்ம தலைக்கும் இந்த அமைப்புக்கும் ஒரு ஒற்றுமை இருக்கு. மனிதனுக்கு மண்டை ஓடு கடினமா இருக்கு! உள்ளே மூளை மண்டை ஓட்டுலே ஒட்டாமே தனியா இருக்கு. ஒற்றுமை புரியுதா?

சரி அதுக்கு என்ன இப்போன்னு கேக்கறீங்களா?

மத்திய கிழக்கு நாடுகள்ளே இருக்கிறவங்களும் ரஷ்யாவுலே இருக்கிற வங்களும் இந்த வாதுமையை எதுக்கு உபயோகப்படுத்துறாங்க தெரியுமா? மூளை வளர்ச்சிக்கு 'டானிக்' கா உபயோகப்படுத்தறாங்க.

அப்படின்னா, உருவத்தோட ஒற்றுமைக்கும் அதோட உபயோகத்துக்கும் ஏதோ சம்பந்தம் இருக்குற மாதிரி தெரியலே! அதுதான் இயற்கை மறைச்சி வச்சிருக்கிற ரகசியமா இருக்குமோ?

அவரை விரை இருக்குல்லே! கிட்னி மாதிரி தானே இருக்கு. அமெரிக்காவுலே யும் ஒரு பெரிய அவரை இனம் இருக்கு. அதுக்குப் பேரே கிட்னி பீன்ஸ். இப்ப ஆச்சரியம் என்னன்னா, சிறுநீரகத்தை சரியா வேலை செய்ய வைக்கிறதுக்கு அவரை விதையிலே இருந்து மருந்து தயார் பண்றாங்க.

மனிதனுடைய உயிரணுவை ஸ்பேர்ம் ன்னு சொல்லுவாங்க! மைக்ராஸ்கோப் மூலமா அதைப் பார்க்கலாம். தலை-நடுப்பகுதி-வால் இப்படி மூணு பகுதி இருக்கும் அதுலே! ஆண்-பெண் உயிரணுக்கள் ஒண்ணு சேர்ந்த உடனே அந்த ஸ்பேர்ம்-ன் நடுப்பகுதியும் வாலும் தனியா போயிடும். தலைப்பகுதி மட்டும் இருக்கும்! மனிதன்ங்கற பயிர் உருவாக ஆரம்ப விதை இதுதான்!

இது எப்படி இருக்கும் தெரியுமா? 'எள்' விதை மாதிரி இருக்கும்! நம்ம முன்னோர்கள் ஆண்-பெண் மலட்டுத்தன்மையைப் போக்கறதுக்கு இந்த 'எள்'ளைத் தான் கொடுக்கறது வழக்கம்.

அப்புறம்-

இதய கமலம்ன்னு சொல்லுவோம். கமலம்ன்னா தாமரைப்பூ! அது காலையில் மலருது, மதியம் விரியுது, மாலையிலே சுருங்குது! நம்ம இதயமும் அதே மாதிரி சுருங்கி விரியுது! இதயத்தோட நடவடிக்கையும் தாமரையோட நடவடிக்கையும் ஒண்ணா இருக்கு இல்லையா? இப்ப பாருங்க... இருதய பலவீனத்தைப் போக்கறதுக்கும் தாமரைதான் உபயோகப்படுது!

கொய்யாப்பழம் இருக்கே அதை தலைகீழா வச்சி பார்த்தா.. அதோட உருவமும் கர்ப்பபையோட உருவமும் ஒத்து இருக்கும்! கருப்பை கோளாறுகளைச் சரிசெய்ய கொய்யாப்பழம்தான் உபயோகப்படுது!

நெல்லிக்காயை கண்ணுக்கு நேரா வச்சிப்பாருங்க! நடுவிலே விதை மூழ்கி இருக்கிற மாதிரி தெரியும்! நம்ம கண்ணும் அப்படித்தான். கருவிழி நடுவிலே இருக்கும்! கண் சம்பந்தமான 'டானிக்' நெல்லிக்காயிலே இருந்து தயாராகுது!

இதனாலே நான் என்ன சொல்றேன்னா...

நம்ம உடம்புலேதான் பிரபஞ்சம்... இந்த பிரபஞ்சம்தான் நம்ம உடம்பு!

என்ன ரொம்ப குழப்பறேனா? படைப்பு ரகசியங்கள் ஏராளம் இருக்கு. இதுவரைக்கும் நாம புரிஞ்சிக்கிட்டது ஒரு துளிதான்!

இப்ப நான் உங்ககிட்ட சொன்னதையெல்லாம் கொஞ்ச நாளைக்கு முன்னாடி என் சிநேகிதன் ஒருத்தன்கிட்டே ரொம்ப சீரியஸா சொல்லிக்கிட்டிருந்தேன். அவன் குதர்க்கம்மா ஒரு கேள்வி கேட்டான்:

"அவரைக்காய் நெல்லிக்காய் . கொய்யாக்காய்.. ன்னு சொல்றே, அதெல்லாம் சரி... பூசணிக்காய் ஏன் பந்து மாதிரி இருக்கு? புடலங்காய் ஏன் பாம்பு மாதிரி இருக்கு?" இப்படி எல்லாம் கேக்க ஆரம்பிச்சுட்டான். முழிச்சி போயிட்டேன். தெரிஞ்சதை சொல்லலாம். தெரியாததை எப்படி சொல்ல முடியும்! ஆனைக்கு அரம்ன்னா குதிரைக்கு குரமா?

நீங்களே சொல்லுங்க? உருளைக்கிழங்கு போண்டான்னா உருளைக்கிழங்கு இருக்கும்! அதுக்காக மைசூர் போண்டான்னா உள்ளே மைசூரா இருக்கும்?

எவ்வளவு கனமான செய்தியையும் இதைப்போன்று எளிமையாக்கிச் சொல்லும் அசாத்திய திறனால் தென்கச்சியின் கதைகளுக்கு தனி மவுசு ஏற்பட்டது.

வானொலிக்குப் பிறகு தொலைக்காட்சி என கதைப் பயணம் தொடர்ந்துகொண்டிருந்தபோது, இன்னொரு பக்கம்

ஏராளமாக எழுதியும் குவித்தார். அவரது கதைகளைக் கேட்டு வாங்கி போடாத இதழ்களே இல்லை எனலாம். மனிதர்களை மதித்ததைப் போலவே பத்திரிகைகளையும் அவர் சமமாக பாவித்தார். மிகப் பெரிய பத்திரிகையாக இருந்தாலும் சரி; எங்கோ ஒரு வட்டாரத்தில் வெளிவருகிற பத்திரிகையாக இருந்தாலும் சரி அலட்டிக்கொள் ளாமல் படைப்புகளைத் தருவார். இந்நூலின் ஆசிரியர் கோமல் அன்பரசன், கல்லூரியில் படித்தபோது ஆசிரியராக இருந்த 'இளந்தூது' இதழின் சிறப்பு மலருக்கு ஒரு கட்டுரை கேட்டார். அப்போது அவருக்கு தென்கச்சி அறிமுகமில்லை. யாரோ ஒரு மாணவன்தானே; கல்லூரிக்குள் வரும் பத்திரிகைதானே என்றெல் லாம் நினைக்காமல் குறிப்பிட்ட நாளுக்குள் அந்த படைப்பை அனுப்பி வைத்தார். அவர்தான் தென்கச்சி.

படைப்புகளைப் போலவே எல்லோரையும் மதித்து பதில் கடிதம் எழுதுவதைக் கடைசிவரை பெரும் கடமையாகவே நினைத்தார். அந்தக் கடிதங்கள் கூட ஏதோ கடனே என்று இருக் காது. இன்னொருவரை வைத்து எழுதச் சொல்லி கையெழுத்து மட்டும் போடும் வேலையும் கிடையாது. சின்னச்சின்ன எழுத்து களில் முத்து முத்தாக தானே கைப்பட கடிதங்களை எழுதுவார். எழுதி முடித்தவுடன் விதவிதமான வண்ணப் பேனாக்களை வைத்து ஓரங்களில் பூக்களை வரைந்து அழகூட்டுவார். பார்க்கவே வண்ணமயமாக, சிலிர்ப்பூட்டும் வகையில், அதே நேரத்தில் கண் களை உறுத்தாத எளிமையோடு அவரது கடிதங்கள் இருக்கும். அதில் கடிதம் பெறுகிறவர் நெகிழ்ந்துபோகிற பாராட்டு வாசகங் கள் இருக்கும். அதைக்கூட வெகு இயல்பாக சொல்லியிருப்பார். இதனாலேயே அவரது கடிதங்களைப் பலரும் இன்று பொக்கிஷ மாக போற்றி பாதுகாக்கின்றனர்.

தென்கச்சியின் பேச்சு, எழுத்து எல்லாம் ஒரு கட்டத்தில் நூல் வடிவம் பெற்றன. 1990ல் முதன்முதலாக 'இன்று ஒரு தகவல்' புத்தக வடிவில் வெளிவந்தது. கலைவாணி புத்தக நிலையம் அதனை வெளியிட்டது. மொத்தமாக கணக்கெடுத்தால், 'இன்று ஒரு தகவல்' 34 பாகங்கள், வாரம் ஒரு தகவல் 3 பாகங்கள், நீதிக்கதைகள் 3 பாகங்கள், தகவல் களஞ்சியம் 3 பாகங்கள், கேள்விபதில்கள் 2 பாகங்கள் உள்பட மொத்தம் 50 தலைப்புகளில் தென்கச்சியின் புத்தகங்கள் வெளிவந்துள்ளன. இவை தவிர அன்பின் வலிமை, அறிவுச்செல்வம், சிந்தனைக்கு விருந்து, அய்யாசாமியின் அனுபவங்கள், நீதிக்கதைகள், சிரிப்போம் சிந்திப்போம், தகவல் கேளுங்கள், உள்ளமே உலகம் என தென்கச்சி எழுதிய நூல்களின் பட்டியல் நீளுகிறது.

15 க்கும் மேற்பட்ட ஒலி, ஒளி நாடாக்களும் போடப்பட்டன. 'இன்று ஒரு தகவல்'கள் சி.டி.களாகவும், வி.சி.டி.களாகவும்

மக்களைச் சென்றடைந்தன. அதாவது ஒவ்வொன்றும் 3 மணி நேரம் கொண்ட இன்று ஒரு தகவல்கள் 30 வி.சி.டி.க்களாக வெளியாகின. அவர் அண்ணாமலைப் பல்கலைக்கழகத்தில் ஆற்றிய உரை, ஆழியாறு அறிவுத்திருக்கோயிலில் ஆற்றிய உரை, குடந்தைத் தமிழ்ச் சங்க உரை, கும்பகோணம் வாணி விலாச சபா பேச்சு போன்றவை வி.சி.டி.க்களாக வெளிவந்தன

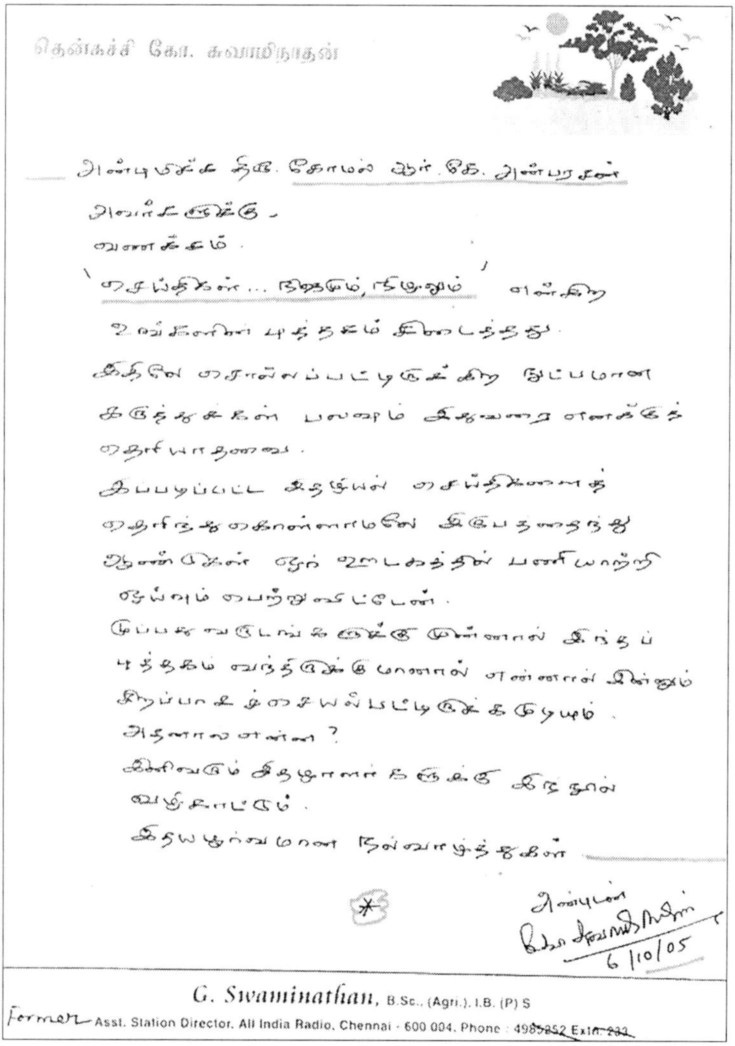
தென்கச்சி கோ. சுவாமிநாதன்

அன்புமிக்க திரு. கோமல் ஆர்.கே. அன்பரசன்
அவர்களுக்கு -
வணக்கம்.
'செய்திகள்... நேற்றும், இன்றும்' என்கிற
உங்களின் புத்தகம் கிடைத்தது.
இதிலே சொல்லப்பட்டிருக்கிற நுட்பமான
கருத்துக்கள் பலவும் இதுவரை எனக்குத்
தெரியாதவை.
இப்படிப்பட்ட அரிய செய்திகளைத்
தெரிந்துகொள்ளாமலே இருபத்தைந்து
ஆண்டுகள் ஒரு ஊடகத்தில் பணியாற்றி
ஓய்வும் பெற்றுவிட்டேன்.
முப்பது வருடங்களுக்கு முன்னால் இந்தப்
புத்தகம் வந்திருக்குமானால் என்னால் இன்னும்
சிறப்பாகச் செயல்பட்டிருக்க முடியும்.
அதனாலென்ன?
இனிவரும் இதழாளர்களுக்கு இந்நூல்
வழிகாட்டும்.
இதயபூர்வமான நல்வாழ்த்துக்கள்

அன்புடன்
[signature]
6/10/05

G. Swaminathan, B.Sc., (Agri.), I.B. (P) S
Former Asst. Station Director, All India Radio, Chennai - 600 004. Phone : 4985852 ~~Extn. 233~~

▶ கோமல் அன்பரசன் நூலுக்கு தென்கச்சியின் பாராட்டுக் கடிதம்

இறையன்புவின் முதல் நூல்

ஐ.ஏ.எஸ். அதிகாரி இறையன்பு, தொடக்கக் காலத்தில் கடலூரில் பணியாற்றினார். அப்போது அவர் எழுதிய முதல் புத்தகத்தை சென்னையில் வெளியிடுவது தொடர்பாக தென்கச்சியின் நண்பரான பொறியாளர் வீரபத்ரனை அணுகியிருக்கிறார்.

அவர், இறையன்புவை சென்னையிலிருந்த தென்கச்சியிடம் அழைத்து வந்திருக்கிறார். அதன்பிறகு அவர்தான் 'பொற்கோ'வை வைத்து வெளியிடலாம் என்று சொல்லி வைரமுத்து, வாலி, சுரதான்னு பலரையும் இறையன்புக்கு அறிமுகப்படுத்தி வைத்தார்.

புத்தக வெளியீட்டு விழா வெகு சிறப்பாக நடந்தது. அந்தளவுக்கு இளைஞர்களை, புதியவர்களை ஊக்குவிப்பதில் தென்கச்சி ஆர்வமிக்கவர் என்கிறார் வீரபத்ரன்.

தென்கச்சியின் தகவல்களை ஒலிவட்டுகளாக (ஆடியோ சிடி) முதலில் கொண்டுவந்த பிரபல பதிப்பாளர் வானதி திருநாவுக்கரசுவின் பேரன் சரவணன், பழைய நினைவுகளைப் பகிர்ந்து கொண்டார்......

“1994ஆம் ஆண்டு நான் சொந்தமாக அன்னை புத்தகாலயம் தொடங்கிய நேரம் அது. தென்கச்சியார் எனக்கு அப்போதுதான் அறிமுகம் ஆனார். அறிமுகம் செய்தவர் எனது மாமா 'வானதி' சோமு. ஒருவேளை அந்த ஈர்ப்பு இறைசக்தியின் அற்புதமாக இருக்கலாம். மிக இயல்பான பழக்கத்தில் ஒருநாள் அவரது அனுபவங்களைப் புத்தகமாக்க வேண்டும் என்று கேட்டேன். பெரிய, பெரிய பதிப்பங்கள் அவரைத் தேடி வந்து கொண்டிருந்த சமயம்.

தென்கச்சியுடன் சரவணன்

அன்பின் காரணமாக அவர், தனது படைப்புகளை என்னிடம் தந்தார். 'அனுபவங்கள் அர்த்தமுள்ளவை' என்ற பெயரில் தென் கச்சியாரின் படைப்புகள் அன்னை புத்தகாலயத்தின் வெளியீடாக வந்தபிறகு, அடுத்தடுத்து புத்தக வாய்ப்புகளை வழங்கி என்னைப் பெருமைப்படுத்தினார்.

காலப்போக்கில் அவரது குடும்பத்தில் நானும் ஒருவனாகிவிட்டேன். 'இன்று ஒரு தகவல்' நிகழ்ச்சிகளை ஆடியோ கேசட்டாக போடலாம்' என்றபோது மறுக்காமல் சம்மதித்தார். கேசட் தயாரான பிறகு, அட்டையில் அவர் வண்ணச் சட்டை அணிந்தபடி இருக்க வேண்டும் என்று நினைத்தேன். அதற்கும் சரி என்று சொல்லிவிட்டார். நானே, எனக்குப் பிடித்த கலரில் துணியெடுத்து உத்தேசமாக தைத்து, எடுத்து வந்தேன்.

கார்த்திகேயன்

அந்தச் சட்டை அவரது உடலை ரொம்பவே இறுக்கியது. அவர் படுகிற கஷ்டத்தை பார்த்து 'அய்யா... வேண்டாம்..' என்று சொல்லியும் கேட்கவில்லை. 'அதனாலென்ன' என்றபடியே போட்டோ எடுத்துக் கொண்டார். இப்படி நூல்களை வெளியிடவும், ஆடியோ கேசட்களுக்கும் அவர் தந்த ஆதரவை என்னால் என்றும் மறக்க முடியாது" என்கிறார் இளைஞர் சரவணன்.

தென்கச்சி எப்போதும் இப்படித்தான். தன்னைவிட வயதில் பாதியான இளைஞர்களிடம் நட்பு பாராட்டுவதிலும், அவர்களை ஊக்குவித்து, உற்சாகப்படுவதிலும் அலாதிப் பிரியம் கொண்டவர். அப்படியான இன்னோர் இளைஞர் 'சிப் சிஸ்டம்ஸ்' கார்த்திகேயன். சென்னையின் வளர்ந்து வரும் இளம் தொழிலதிபரான இவர், தென்கச்சியோடு பழகிய நாட்களை நினைந்து, நினைந்து வியக்கிறார்.

"அவரோட அறிமுகம் கிடைச்ச யாருமே தொடர்ந்து பேசாம, பழகாம இருக்கமாட்டாங்க! அவரோட குணம் அப்படி! ஒவ்வொரு முறை அவரைப் பார்த்துவிட்டு விடைபெறும்போது வெளியே வரவே மனமிருக்காது. சந்திப்பு முடிந்த பிறகு மனதிற்குள் இனம்புரியாத மகிழ்ச்சி, நிம்மதி இருக்கும். மனசே லேசானது போல உணருவேன்.

தென்கச்சியார் போன்றவர்களை இனி காண்பது அரிது. அவர், வானொலியில உதவி இயக்குநரா இருந்தப்ப வேலூர்ல இருந்து ஒரு ரசிகர் கடிதம் எழுதியிருக்கிறார்.

நாங்க யார் பேச்சை கேட்பது?

ஒரு கல்லூரியில் நடந்த நிகழ்ச்சியில் தென்கச்சி சுவாமி நாதன், சுகிசிவம் ஆகியோர் கலந்துகொண்டனர். பேசி முடித்து இருவரும் கீழே இறங்கி வந்தனர். அப்போது, தென்கச் சியைப் பார்த்து மாணவர்கள் கேட்டனர். 'லட்சிய வெறியோடு போராடுவதைப் பற்றி சுகி.சிவம் உணர்ச்சிப் பிழம்பாக பேசினார். நீங்கள் அதற்கு நேர்மாறாக அன்பாக, அமைதியாக இருப்பது எப்படி என்று பேசினீர்கள்.

நாங்கள் யார் சொல்வதைக் கேட்பது?' என்றார்கள். உடனே, 'வாழ்க்கையில ஜெயிக்கணும்னா சுகிசிவம் சொன்னத கடைப் பிடிங்க' என்று சொல்லிவிட்டு ஓர் அடி எடுத்து வைத்த தென்கச்சி, மெல்ல திரும்பி, ' நிம்மதியாக வாழணும்னா நான் சொன்னபடி இருங்க...' என்றார்.

'அய்யா..என்னோட திருமணத்துக்கு நீங்கதான் தலைமை தாங்கணும்' அப்படின்னு கேட்டிருக்கிறார்.

இவரும் பதில் கடிதம் எழுதியிருக்கிறார்.

"பத்திரிகையில் என் பெயர் எதுவும் போட வேண்டாம். எனக்கு அலுவலகப் பணி அதிகமாக இருக்கிறது. முடிந்தால் வருகிறேன், வாழ்த்துகள்" அப்படின்னு எழுதியிருக்கிறார். அந்த ரசிகரும் தனது மனநிலையை மாற்றிக்கொண்டு, யார் பெயரும் போடாமல் பத்திரிகை அச்சடித்து, தென்கச்சியாருக்கு தபாலில் அனுப்பி இருக்கிறார்.

அந்த ரசிகரின் திருமணத்தன்று, அலுவலகத்திற்கு விடுப்பு எடுத்துக்கொண்டு வாழ்த்துவதற்காக வேலூர் சென்றுவிட்டார் தென்கச்சியார். அந்த மணமகனுக்கு மட்டற்ற மகிழ்ச்சி. இப்படிப் பட்டவர்தான் தென்கச்சி.

தென்கச்சியார் மறைவுகூட ஒரு வகையான அதிசயம் தான். ஏன்னா... அவரை யார் மனசுல நினைச்சாலும் சிரிப்பு இல்லாம நினைக்க முடியாது. அப்படியொரு அற்புதமான ஆயுசு அவருக்கு. இறந்துபோன ஒருத்தரை பத்தி பேசும்போது சிரிக்க முடியும்மான்னா...அப்படி ஒரே ஒருவர் தென்கச்சியார்!

அவர் சொல்கிற 'இன்று ஒரு தகவல்'ல கூட பல விஷயங்கள் அவரே ஆய்வு செய்து, சொல்லக்கூடியதுதான். இருந்தாலும் கூட, அத வேற யாரோ ஒரு பெரிய ஆள் சொன்னது மாதிரி சொல்வார். அந்த அளவுக்கு தன்னை தாழ்த்திகிட்டு சமுதாயத் துக்கு பல நல்ல கருத்துகளைச் சொல்லிட்டு போயிருக்கிறார்" என்கிற கார்த்திகேயன், தன் தொழில் வெற்றியின் உந்துசக்தியாக தென்கச்சி அவருக்கு அனுப்பிய வாழ்த்துக் கடிதங்களைப் போற்றிப் பாதுகாத்து வருகிறார்.

▸ சுகிசிவம்

இளைஞர்கள் மட்டுமல்ல; சக பேச்சாளர்களும் கொண்டாடுகிற மனிதராக தென்கச்சி இருந்தார். தனக்கு வருகிற மேடை வாய்ப்புகளை மற்ற பேச்சாளர்களுக்குத் தந்துவிடவே நினைப்பார். வேறு வழியில்லாவிட்டால் கடைசியில்தான் அவர் கலந்துகொள்ள ஒப்புக்கொள்வார். பணத்தின் மீது பற்றில்லா அவரது பண்பு பற்றி 'சொல்வேந்தர்' சுகி. சிவம் நெகிழ்ச்சியோடு பதிவு செய்கிறார்.

“உங்களை எப்படியாவது லண்டனுக்கு அழைக்க வேண்டும் என்று என் நண்பர் சிவானந்தஜோதி விரும்புகிறார். விசாவுக்கு ஏற்பாடு செய்வோமா?' என்று தென்கச்சி சுவாமிநாதனிடம் ஒருமுறை கேட்டேன். இப்படியொரு செய்தி சொன்னதுமே லண்டன் ஹீத்ரு விமான நிலையத்தில் குளிரால் கஷ்டப்படுவது போல் என் சக பேச்சாளர்கள் பரபரத்துவிடுவார்கள். ஆனால், 'வானொலியில் இன்னும் இரண்டு வருஷம் சர்வீஸ் இருக்கு. முடியட்டும். அதுக்குள்ள வெளிநாடு போகணும்னா டெல்லிக்கு எழுதி அனுமதி வாங்கனும். அதிலேயே 2 வருஷம் போயிடும். 'ரிடையர்டு ஆயிட்டு போறேனே' என்று சிறிதும் சலனமில்லாமல் சொன்னார் தென்கச்சி. அந்தளவுக்குப் பரபரப்பில்லாத அனுபவ ஞானி அவர்!

பொதுவாக அவரைப் பேச அழைத்தால் பணம் வாங்க மாட்டார். முழு நேரப்பணியாக அதை வைத்திருக்கும் நான், ஒருமுறை அவரிடம் 'நீங்கள்லாம் பணம் வாங்காம பேசறதால எங்களுக்கும் குடுக்கக் கஷ்டப்படறாங்க. கறாரா காசு கேட்கலாமில்ல' என்று விளையாட்டாக சண்டை போட்டேன்.

'காதைக் கிட்ட கொண்டாங்க. யாரும் கொடுக்கிறதில்ல. கொடுக்கிறதாவும் இல்ல. இதுக்கு நாமளே பெருந்தன்மையா வேண்டாம்னுட்டா ஒரு மரியாதை கிடைக்குமில்ல' என்று சிரித்தார். ஆனால், உண்மையில் அவருக்கு பணத்தின் மீது ஆர்வமில்லை. ஒரு விழா மேடையிலிருந்து இறங்கும்போது, அவரிடம் வழிச்செலவு சன்மான காசைக் கொடுத்தார் அமைப்பாளர். தம்மைச் சூழ்ந்திருந்த ரசிகர்களிடம் 'இந்த ஊர்ல எதுவும் அனாதைஇல்லம் இருக்கா' என்று கேட்டார். கூட்டத்தில் முன்பின் தெரியாத நபர் 'ஆம் இருக்கே' என்று இல்லத்தின் பெயர் சொன்னதும் அந்தக் கவரை அவர் கையில் கொடுத்து 'அங்க நன்கொடையா குடுத்துடுங்க' என்றபடி காரில் ஏறிக் கொண்டார். சக பேச்சாளர் ஒருவர், 'அந்த ஆளு அனாதைகளுக்கு பணத்தைக் கொடுப்பார்னு என்ன நிச்சயம். அவரே வச்சுக்கிட்டா?' என்றார்.

▸ வெளிநாட்டு விழாவில் பேராசிரியர் சாலமன் பாப்பையா, சொல்வேந்தர் சுகிசிவம் மற்றும் நண்பர்களுடன் தென்கச்சி

படாரென தென்கச்சி சொன்னார் "அவரை அனாதைன்னு நினைச்சுட்டுப் போறேன். இல்லாதவங்களுக்குத்தானே கொடுக்கிறோம். நம்ப வேலை முடிஞ்சா சரி."

இப்படி நான் சந்தித்த மனிதர்களில் என்னை அதிகம் பாதித்தவர்களில் அவர் ஒருவர். கௌரவம் பார்க்க மாட்டார். எளிமையாக பழகுவார். வெளியே தெரியாமல் நிறைய பேருக்கு உதவுவார். கூச்ச சுபாவம் உடையவர். 'நானாக என்ன எழுதிவிட்டேன். பலரும் பல காலங்களில் சொன்னதைத்தானே தொகுத்துச் சொல்கிறேன்' என்று பணிவுடன் புகழை மறுதலிப்பார். ஆனால் அது ஆராயப்பட வேண்டியது.

வால்மீகியின் ராமாயணத்தைத்தான் கம்பர் எழுதினார் என்றாலும் கம்பரைப் பார்த்தால் வால்மீகி எவ்வளவு வியப்பார், எவ்வளவு மதிப்பார் என்று புரிந்தால் தென்கச்சியின் பெருமை புரியும். பழைய தங்கம் புதிய நகை என்ற பாணியில் பழசைப் புதுசாக்கிய தென்கச்சியின் சாதனை ஆழமானது. இளைய தலைமுறைக்கு இனிக்க இனிக்க நீதி சொன்னது சாதாரண சாதனையா என்ன ? அமெரிக்காவில் அவர் போன்றவருக்கு டாக்டர் பட்டம் மட்டுமல்ல; பல்கலைக்கழகத்தில் புதுத்துறை வகுத்து பதவி தந்திருப்பார்கள். தென்கச்சி கதை சொல்லி அல்ல. கண் முன்பாக நான் கண்ட ஜென் குரு." என்கிறார் சுகிசிவம். இத்தகைய மாமனிதரான தென்கச்சி, ஆண்டுதோறும் டிசம்பர் 31 ஆம் தேதி செய்த அதிசய செயல் என்ன? மாமனார் இறந்த போது அவர் நடந்துகொண்ட விதம் சரியா?

15 ஒரே நாளில் உடல் இளைக்கணுமா?

"ஒரு பெரியவர், தன் பிள்ளையோட கைவிரலைத் தொட்டுப்பார்த்துட்டு, 'மகனே, சிகரெட் பிடிக்கிறியா?' ன்னு கேட்டார்.

'கிடையவே, கிடையாதுப்பா!'ன்னான் பையன்.

'மகனே! நீ பொய் சொல்லலாம். உன் விரல் பொய் சொல்லாது. உன் விரல்லே நிக்கோட்டினால் ஏற்படற மஞ்சள் கறை இல்லாமே இருக்கலாம். ஆனாலும் உன் கைவிரல் நுனிகள் ஜில்லுன்னு இருக்கு.

புகைபிடிப்பதினாலே விரல் நுனியிலுள்ள ரத்தக் குழாய்கள் அடைபட்டு போவுது. அதனாலேயே இப்படி ஆயிடுது. சிகரெட் உன் உடம்பைப் பாதிக்க ஆரம் பிச்சுட்டுது. உடனே நிறுத்திப்புடு. நான் சொல்றதை கேக்கலேன்னாலும் உன் விரல் சொல்றதைக் கேளு' இப்படி புத்தி சொன்ன அப்பா, ' அது சரி மகனே, தினமும் உனக்கு சிகரெட் எங்கேயிருந்து கிடைக்குது?'ன்னார்.

'உங்க பாக்கெட்லேயிருந்துதான்தாம்பா எடுக்கிறேன்!' ன்னான் பையன்.

புத்தி சொல்றவங்க இப்படி இருந்தா, கேக்கறவங்க எப்படி சரியா கேப்பாங்க?"

தென்கச்சியின் கதையில் வரும் தந்தையைப் போலவே பெரும்பாலானோர் இருக்கிறார்கள். மேடையில் பேசும் பலரில் பேசியபடியோ, அல்லது தான் எழுதியபடியோ எத்தனை பேர் தன் சொந்த வாழ்க்கையில் நடந்துகொள்கிறார்கள்? பேச்சொன்று, எழுத்தொன்று, செயல் வேறு என்று வாழ்ந்தவர்கள் - வாழ்பவர்கள்தானே இங்கே அதிகம்!

தென்கச்சி அப்படி நினைத்திருந்தால் தினம் தினம் பல கூட்டங்களில் பேசி நிறைய சம்பாதித்திருக்கலாம். அல்லது தன் எழுத்தை மிக அதிக விலைக்கு விற்றிருக்கலாம். சொகுசு காரில்

பவனி வந்திருக்கலாம். இன்னும் எப்படி எல்லாமோ வாழ்ந்திருக்கலாம். செய்தாரா? இல்லையே! தான் எப்படி பேசினாரோ, தான் எப்படி எழுதினாரோ அப்படியே, எளிமையாய், ஒழுக்கமாய், எல்லாருக்கும் பிடித்தவராய் வாழ்ந்தார்.

இன்றைய இளைஞர்கள் குறிப்பாக, வாழ்க்கையை அற்புதமாக வாழ நினைக்கும் ஒவ்வொருவரும் தென்கச்சியின் வாழ்க்கையைப் பின்பற்றினாலே போதும். மகிழ்ச்சியான வாழ்க்கை அவர்களுக்கு கிட்டும்.

ஒவ்வொரு ஆண்டும் டிசம்பர் 31 ம் தேதி தென்கச்சியும் அவரது மனைவியும் வீட்டிலிருக்கும் பொருட்களைக் கணக்கெடுப்பார்கள். அவர் பல நிகழ்ச்சிகளில் சிறப்பு விருந்தினராகக் கலந்துகொள்பவர் என்பதால், வீடு நிறையப் பரிசுப் பொருட்கள் குவிந்து கிடக்கும். சமையல்கட்டிலிருந்து வரவேற்பறை வரை உள்ள எல்லாப் பொருட்களையும் இருவரும் கணக்கெடுத்து, இந்த ஆண்டு என்னென்ன புதிய பொருட்கள் சேர்ந்துள்ளன. எவை, எவை தேவையற்றவை எனப் பட்டியலிடுவார்கள்.

உதாரணத்திற்கு சமையக்கட்டில் பத்து டம்ளர்கள் இருந்தால், வீட்டில் மூவருக்கு மூன்று, விருந்தினருக்கு இரண்டு, ஆக ஐந்து போக மீதியுள்ள ஐந்தை தனியே எடுத்து வைத்துவிடுவார்கள். ஒன்றுக்கு மேல் குக்கர் இருந்தால், அவையும் தனியே போய்விடும்.

அன்றாட பயன்பாட்டுக்கு அதிகமான பரிசுப்பொருட்கள் அனைத்தையும் பிரித்து, தனியே சாக்குப் பைகளில் கட்டி, ஒரு மினி வேன் பிடித்து, தனது சொந்த ஊரான தென்கச்சிக்கு அனுப்பி வைத்துவிடுவார். ஊருக்குத் தொலைபேசியில் தொடர்புகொண்டு, ‘வண்டி வருகிறது, உறவினர்கள், நண்பர்கள் என யார் யாருக்கு என்னென்ன பொருட்கள் வேண்டுமோ எடுத்துக் கொள்ளுங்கள்’ என்று கூறி விடுவார். மீண்டும் ஜனவரி முதல் தேதியிலிருந்து தேவையான பொருட்களோடு வாழ்க்கையைத் தொடங்கும் தென்கச்சியின் குடும்பம். இதற்கு எவ்வளவு மனப்பக்குவம் வேண்டும்?!

‘எளியவர்க்கு இரங்குதல்’ என்பதை வாழ்வின் அன்றாட நடைமுறைகளில் ஒன்றாகவே வைத்திருந்தார் தென்கச்சி. ஒருமுறை தாம்பரம் ரயில் நிலையம் அருகே மனநோயாளி ஒருவர் இறந்து கிடப்பதைப் தென்கச்சி பார்த்தார். ஈக்கள் மொய்த்தபடி கிடந்த அவரின் உடலை எல்லோரும் வேடிக்கை பார்த்துக்கொண்டே சென்றனர். தென்கச்சியால் அப்படி கடந்து போக முடியவில்லை. அதற்குரிய தொழிலாளர்களை அழைத்து பணம் கொடுத்து, அந்த நோயாளியின் ஈமச்சடங்குகளைச் செய்யச் சொல்லியிருக்கிறார். அப்போது உடனிருந்த அவரது நண்பர் முனைவர் ராமசாமி, இன்றைக்கும் அச்சம்பவத்தை நெக்குருக சொல்கிறார்.

யதார்த்தத்தை, மனித நேயத்தை உயர்த்திப் பிடித்த தென்கச்சிக்கு மூடநம்பிக்கையோ, சகுனம் பார்ப்பதோ பிடிக்கவே பிடிக்காது என்கிறார் அவரது அக்கா மணிமேகலையின் மகன் மருதவாணன். அதைப்போலவே பேராசை படக்கூடாது என்பதை எல்லோருக்கும் சொன்னதோடு அப்படியே வாழ்ந்தும் காட்டியதாக சொல்லும் மருதவாணன், அதற்காக தென்கச்சி சொன்ன ஒரு கதையையும் சொல்கிறார்.

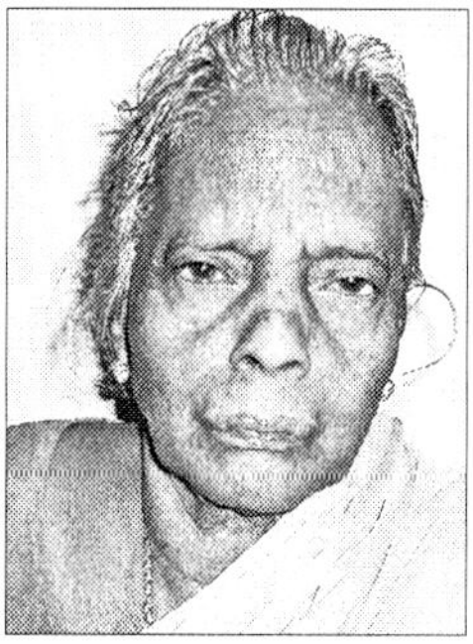

மூத்த சகோதரி மணிமேகலை

"குண்டான ஒருத்தருக்கு உடம்பு இளைக்க ஆசை. இதற்காக ஒரு உடற்பயிற்சி கூடத்துக்குப் போனார். அங்கே 'ஸ்பெஷல்' வேணுமா ? சாதா வேணுமா? என்று கேட்டாங்களாம். ஸ்பெஷல்னா 200 ரூபாய் கட்டணம். சாதான்னா 100 ரூபாய். உடம்பு இளைப்பதற்குப் போனவர், 'எனக்கு சாதாவே போதும்'னுட்டார்.

ஒரு அழகான பெண்ணைக் காட்டி, 'இவளை நீங்க ஓடிப் போய் தொடணும். அப்படி தொட்டுப்புட்டா அவளையே திருமணம் செய்துக்கிடலாம். மொத்தம் ஒரு மணி நேரம் டைம்'னு சொன்னாங்களாம். இவரும் எவ்வளவோ ஓடிப் பார்த்தாரு, அந்தப் பெண்ணைத் தொடவே முடியலை. ஆனா, ஒரு மணி நேரத்துல உடம்பு இளைச்ச மாதிரி ஆயிடுச்சு. சந்தோஷமா திரும்பி வந்துட்டார்

இந்த விஷயம் தெரிஞ்சு இன்னொருத்தர் போனார்..'சாதா'வே அப்படின்னா, 'ஸ்பெஷல்' எப்படி இருக்கும்னு அவர் நினைப்பு. அவர் போய் எனக்கு 'ஸ்பெஷல்' வேணும்னார். ஒரு பல்லுப் போன கிழவிய அழைச்சுக்கிட்டு வந்து, இதுதான், 'ஸ்பெஷல்'. இந்தக் கிழவி ஓடி வந்து உங்களை தொட்டுப்புட்டா, ரெண்டு பேருக்கும் திருமணம்னு சொன்னாங்களாம். கிழவிக்கிட்டே இருந்து தப்பிக்கிறதுக்காக அந்த மனிதர் ரொம்பவே வேகமா ஓடினாராம். அரை மணி நேரத்துல இளைச்சுபுட்டாராம்."

தென்கச்சியின் இந்தக் கதையைச் சொன்ன மருதவாணன், அவரது நூல்களை ஒன்றுவிடாமல் சேகரித்து வைத்திருப்பதோடு, தென்கச்சி குடும்பத்தின் பழங்காலப் புகைப்படங்களையும் பாதுகாத்து வருகிறார்.

ஒரு மனிதரின் வாழ்நாள் சம்பவம் ஒவ்வொன்றிலும் மற்றவர்களுக்கு எதாவது ஒரு செய்தியைச் சொல்ல முடியுமா? அது எப்படி சாத்தியமாகும்? ஆனால், அப்படியொரு மனிதராக வாழ்ந்து காட்டியவர் தென்கச்சி. மகிழ்ச்சியையும் துன்பத்தையும் ஒன்றாக பாவிக்க வேண்டும் என்று வாய் கிழிய உபதேசம்

கையில் ஊர்ந்த பூச்சி!

சிங்கப்பூர் தொழிலதிபர் அன்பழகன் என்பவர், தமது மணிவிழாவுக்குத் தென்கச்சியை அழைத்திருந்தார். இவர்தான் ஜெயகாந்தனோட 'புதுச் செருப்பு கடிக்கும்' நாவலைப் படமாக எடுத்தவர். அப்போது அவரே விமான பயணச்சீட்டு எடுத்துத் தருவதாக சொன்னார். ஆனால், 'அவரது 60ஆம் கல்யாணத்திற்கு அவரோட பணத்தில் டிக்கெட் வாங்கிக்கொண்டா போவது?' என்று தம் சொந்தப் பணத்தில் டிக்கெட் போட்ட தென்கச்சி, நண்பர் வீரபத்ரனையும் கூட்டிக் கொண்டு சிங்கப்பூர் போனார். திருமண நிகழ்ச்சி முடிந்ததும் மறு நாள் சிங்கப்பூர் தமிழ்ச் சங்கத்தில் பேசினார். அப்போது, பாராட்டி பேசிய அன்பழகன், ஒரு தங்க மோதிரத்தை தென்கச்சிக்கு அணி வித்தார். அவரோ, 'வேண்டாம்.. எனக்கு கையில் ஏதோ ஒரு பூச்சி ஊர்கிற மாதிரி இருக்கு' என்று அங்கேயே சொல்லி கழற்றிக் கொடுத்துவிட்டு வந்துவிட்டார்.

செய்யலாம். சொந்த வாழ்க்கையிலும் அப்படி வாழமுடியும் என்று தென்கச்சி நிரூபித்தார். அவருடைய நண்பர் நல்லாசிரியர் பழனிவேல் சொல்லும் ஒரு நிகழ்வு அதற்குச் சான்று.

"ஒரு தீபாவளிக்கு முதல் நாள். தென்கச்சியார் ஆல் இந்தியா ரேடியோ பணி முடிந்து திரும்புகின்ற நேரம், தனது ஊரிலிருந்து ஒரு சோகச் செய்தி வந்தது. அவரது மனைவியாரின் தந்தை, அதாவது அவரது மாமனார் இறைவனடி சேர்ந்துவிட்டார். உடனடியாக வீடு திரும்புகிறார்.

தீபாவளி மாலை, முன் இரவு நேரம், தீபாவளி என்பதால் வீட்டு வாசலில் அவரது பேரன் நவீன் பாட்டியின் உதவியோடு பட்டாசு வெடித்துக் கொண்டிருக்கின்றான். இருவர் முகத்திலும் எல்லையற்ற மகிழ்ச்சி. தான் கொண்டுவந்த துக்கச் செய்தியை கூறி தன் மனைவியின் குதூகலத்தைக் கெடுக்க அவர் விரும்ப வில்லை.

எப்படியும் மறுநாள் காலைதான் புறப்பட வேண்டும். அதுவரை மகிழ்ச்சியாக இருந்துவிட்டு போகட்டும் என்று எவ்விதமான பதற்றமும் இன்றி இரவுப் பொழுதைக் கழித்து பின் காலை யில் எழுந்து தீபாவளி கொண்டாடி முடித்ததும், தன் மனைவி யிடம் மெல்ல 'உன் தந்தையாருக்கு உடல்நலமில்லை' எனக்கூறி வாடகைக் கார் எடுத்துக் கொண்டு ஊருக்குச் செல்கிறார். ஊருக் குப் போய் அவர்களது தெருமுனைக்குள் கார் திரும்பும்போது தான் செய்தியை மனைவியிடம் தெரிவித்திருக்கிறார்.

'ஒரு காரியம் முடிந்துவிட்டது. அதற்காக நிகழ்ந்து கொண்டி ருக்கின்ற ஒரு மகிழ்ச்சியைக் கெடுத்து, அப்போதிலிருந்தே

துக்கப்பட வேண்டுமா என்ன?' என நினைத்த தென்கச்சியாரின் உள்ளமும் எதையும் பக்குவமாக எடுத்துக் கொள்ளும் நிதானமும் எல்லாருக்கும் கிட்டிவிட்டால் வாழ்க்கை எப்படி இருக்கும்?' என்று ஏங்குகிறார் பழனிவேலு.

மனப்பக்குவம் மட்டும் இருந்துவிட்டால் மனிதர்களைக் கையாளுவது ரொம்ப எளிதாக கைவரப்பெற்றுவிடும். அப்படித்தான் எத்தகைய சூழலிலும் மற்றவர் மனம் புண்படாமல், அதே நேரத்தில் நகைச்சுவை ததும்ப தென்கச்சியால் பேசவும் நடந்துகொள்ளவும் முடிந்தது. அப்படியொரு நிகழ்வைப் பகிர்ந்து கொள்கிறார் அவரது நண்பர் பேராசிரியர் கண.சிற்சபேசன்.

"ஒரு சமயம் திருவாரூருக்கு பக்கத்தில் ஒரு விவசாய கிராமம். அதிகமாக விவசாயக் கூலிகள் வாழும் இடம். அங்கே தென்கச்சியாரைப் பேச அழைத்திருந்தார்கள்.

▸ தென்கச்சியாரை ஆசீர்வதிக்கும் திருமுருக கிருபானந்தவாரியார்

▸ பேராசிரியர்
கண.சிற்சபேசன்

இரவு 8 மணிக்கு பேச ஆரம்பித்தார். நல்ல கூட்டம். அப்போது மேடைக்கு பக்கத்தில் கருப்பு நிறத்தில் தார்ப்பாய் போட்டு என்னவென்று தெரியாத மாதிரி ஒன்று மூடப்பட்டு இருந்தது. அது என்ன வென்று தெரிந்துகொள்ள, அந்த ஊர் நாட்டாமையைக் கேட்டார் தென்கச்சி. அவர்தான் பேச அழைத்தவர்.

அவர் மைக்கிலேயே பேச ஆரம்பித்தார். “இது என்னவென்று சொல்றேன் அய்யா. எங்க ஊரு ஏழைக்கூலிகள் இருக்கிற விவசாய கிராமம். ரோடு, பஸ், இப்படி ஒரு வசதியும் இதுவரை கிடையாதுங்க. ஊர்ல யாராவது இறந்து போனால், அவர்களை அடக்கம் பண்ண நாங்க சுமார் 5 மைல் தூரத்துக்குத் தூக்கிகிட்டு போகணும். இங்க தூக்க ஆளில்லாமே போயிடுச்சு. அதுக்குதான் நானே கொஞ் சம் ரூபா போட்டு பக்கத்து ஊரான திருவாரூரிலே ஒரு பழைய மோட்டார் வாகனம் வாங்கினேன். அதுக்கு கொஞ்சம் பெயிண்ட் அடிச்சு வச்சிருக்கேன். ஊர்ல யாராவது போயிட்டாங்கன்னு வைச்சுப்போம். அவர்களை இதுல எடுத்துகிட்டு போய் அடக்கம் செய்வோம். இதைத் திறந்து வைக்கத்தான் நீங்க வந்து இருக்கீங்க” என்றார் நாட்டாமை.

அந்த மேடையில் தென்கச்சி பேசும்போது, ‘ஐயா, அவர்கள் மனமுவந்து அமரர் ஊர்தியை நன்கொடையாக வழங்கியிருக்கிறார். இதை ரொம்ப நாள் பயன்படுத்தாமல் விட்டு விட்டால் துருப்பிடித்துக் கெட்டுப் போகும். எனவே துருப்பிடிக் காமல் பார்த்துக்கொள்ளுங்கள்’ என்று பேசியதை சிரிப்போடு சொன்னார் சிற்சபேசன்.

‘மனம் புண்படாமல் பேசுவதைப்போலவே, தென்கச்சி மற்றவர்களைத் தாராளமாக பாராட்டி பேசி மகிழ்விப்பார். நல்ல விஷயங்கள் எங்கு நடந்தாலும் அதை மற்றவர்களிடம் எடுத்துச்சொல்வார்’ என்கிறார் சென்னை ‘ஹியூமர் கிளப்’ தலை வர் கே.எஸ்.சீதாராமன்.

“தென்கச்சியார் நகைச்சுவையாளர் சங்கத்திற்குப் பலமுறை வந்து உரையாற்றியிருக்கிறார். அவரை அதிகம் மேடையேற்றி பேச வைத்ததே நமது சங்கம்தான் என ‘பெருமையுடன் குறிப் பிடுவார். வானொலியில் ‘வாங்கசிரிக்கலாம்’ என்றொரு நிகழ்ச்சி யில் எங்கள் உறுப்பினர்களைப் பங்குபெற வைத்து பல வாரங்கள் தொடர்ந்து நடத்தினார்.

▸ சென்னை 'ஹியூமர் கிளப்' விழாவில் அதன் தலைவர் சீதாராமன் செயலாளர் சேகரன் ஆகியோருடன்

பல மேடைகளில் பேசும்போது நகைச்சுவையாளர் சங்கத்தைப் பாராட்டி, 'அனைவரும் சங்கக் கூட்டங்களில் பங்கேற்று சிரித்து மகிழ வேண்டும்' என குறிப்பிடுவார். மனிதன் ஏன் சிரிக்கிறான் என்பதற்கு பல விஞ்ஞானப்பூர்வமான விளக்கங்களை ஆராய்ந்து, சிரிப்பதனால் எவ்வகையில் நம் ஆரோக்கியம் மேம்படுகிறது என்று பல உபயோகமான தகவல்களைத் திரட்டித் தந்தவர் தென் கச்சியார். அவரை மறக்கவே முடியாது" என்கிறார் சீதாராமன்.

ஊர், உலகமெல்லாம் தென்கச்சியை மறக்க முடியாது என்று சொல்கிற நேரத்தில், அவரது மருமகன் தமிழரசன், "மாமா எப்போதும் என் நினைவுகளில் இருந்து அகலவே இல்லை. நானெல்லாம் மாமாவிடம் பத்தடி தள்ளி, மரியாதையோடு பழகினாலும், மனசளவில் எங்களுக்கு அவங்க சொல்வதே வேதவாக்கு. இன்றைக்கும் தெய்வமாக இருந்து அவங்கதான் என்னை வழிநடத்துறாங்க" என்று கண்கலங்குகிறார் தமிழரசன். மருமகன் வாயிலிருந்து இப்படியான வார்த்தைகள் வர வேண்டுமென்றால், ஒரு மாமனாராக தென்கச்சி எப்படி நடந்திருக்க வேண்டும்?!

▸ தமிழரசன் (மருமகன்)

வாழ்வெல்லாம் மற்றவர்களை மகிழ்வித்து வாழ்ந்த தென்கச்சி, சிரிப்பைப் பற்றி செய்த முக்கிய ஆராய்ச்சி சொல்வதென்ன? அவருடைய கடைசி நாட்கள் எப்படி இருந்தன?

16 கிச்சு கிச்சு மூட்டினா சிரிப்பு வருமா?

'எனக்கு என்ன தேவைன்னு உன்னை நீயே கேட்டுப்பார். மனநிறைவும் மகிழ்ச்சியும்தான் தேவைங்கிறது புரியும். இதுதான் மனிதப் பிறவியின் பெரு நோக்கம்!' அப்படிங்கிறாரு வேதாத்ரி மகரிஷி.

நாம எங்கே இருக்கோம் எப்படி இருக்கோம் எந்த இடத்திலே இருக்கோம்ங் கிறதை முதல்ல கவனிக்கனும். அதாவது வயசுலே, வாழ்விலே, கல்வியிலே, வளத்திலே, அதிகாரத்திலே எந்த நிலையில இருக்கோங்கிறத புரிஞ்சுக்கணும். அதைக்கொண்டு நமக்கு குடும்பத்தாருக்கு சுற்றத்தாருக்கு ஊருக்கு உலகத்துக்கு என்ன நன்மை செய்ய முடியும்னு பார்க்கணும். முடிஞ்ச அளவு நன்மை செய்ய ணும். இதை செய்யறதுக்கு வேண்டிய திறமைய, பயிற்சி மூலமா வளர்த்துக்கிட்டா மனதில் இன்ப ஊற்று ஊறத்தொடங்கிடும்' அப்படின்னும் அவர் சொல்றார்.

நல்லது செய்யறதோட விட்டுடணும். அதுக்கு பதில் எதிர்பார்க்கக்கூடாது. அவசியமில்லாமே அடுத்தவங்க விஷயத்திலே தலையிடக்கூடாது. அதே நேரத்தில நம்முடைய கடமையிலிருந்தும் நழுவக்கூடாது. இதனாலே மத்தவங்களுக்கு நம்ம மேல மதிப்பு ஏற்படும். நம் மனசுக்கு அமைதியும் கிடைக்கும்.

சகிப்புத்தன்மை, விட்டுக்கொடுத்தல், தியாகம் இந்த மூணு விஷயத்தையும் முக்கியமா பழகிக்கணும். இடத்திற்கேற்றவாறு இவற்றைப் பயன்படுத்தினால் இந்த உலகமே நம்ம நட்பை விரும்புமாம்.

வேறொண்ணும் வேண்டாம். அந்த விட்டுக்கொடுத்தல் மட்டுமாவது நம்மகிட்டா இருக்கா?

இரண்டு நெருங்கின நண்பர்கள். ஒருத்தன் சொன்னான்.

'என்கிட்ட இப்ப 2 லட்ச ரூவா இருந்தா, அதிலே பாதியை உன்கிட்ட கொடுத்துடுவேன்!'

'உன்கிட்டே 2 கார் இருந்தா என்ன பண்ணுவே?'

'ஒரு கார் உனக்கு கொடுத்துடுவேன்'

'உன்கிட்டே 2 பங்களா இருந்தா?'

'அதிலென்ன சந்தேகம்.. ஒன்னு உனக்குத்தான்!'

'சரி.. உன்கிட்டே 2 பேனா இருந்தா எனக்கு ஒண்ணு தருவியா?'

'அது மட்டும் முடியாது. கொடுக்க மாட்டேன்'

'என்னது கார், பங்களா எல்லாம் தர்றேன்ன, பேனா கொடுக்கமாட்டியா?'

'ரெண்டு பேனா நிஜமாவே என்கிட்ட இருக்கே. அதனாலதான் அப்படி சொன்னேன்!'

இதுக்கு பேர் விட்டுக்கொடுக்கிறதா? சொல்லுங்க?

வாழ்க்கையின் அடிநாதமான விட்டுக்கொடுத்தலைப் புரிய வைப்பதற்காக இந்தக் கதையைச் சொன்ன தென்கச்சி, அதைப்போன்றே பயணங்களும் மனித வாழ்வில் மகத்தான மாற்றங்களை ஏற்படுத்தும் என அழுத்தமாக நம்பினார்.

ஒரு குழந்தை போல எங்காவது பயணப்பட்டு கொண்டே இருப்பது அவருக்கு மிகப் பிடித்தமானது. 'இலக்கிய வீதி' இனியவன் போன்றவர்களோடு அவர் மேற்கொண்ட இலக்கிய பயணங்களும் அதிகம். மதுரை, தஞ்சை, கோவை, குற்றாலம், புதுவை, கர்நாடகம், இலங்கை என அவரோடு உலாவந்த தருணங்களை நண்பர்கள் பச்சை பசேலென மனதில் பதிய வைத்திருக்கிறார்கள். அதிலும்

ஆழியாறு அறிவுத்திருக்கோயிலில் சொற்பொழிவாற்றிய பிறகு அதன் நிர்வாகிகள் மற்றும் நண்பர்களுடன்...

மறக்க முடியாத தாத்தா

தென்கச்சி தனது பேரன் நவீன் மீது மிகுந்த பாசம் வைத்திருந்தார். அவரது மிகப் பெரிய மகிழ்ச்சி என்பது பேரன் நவீனுடன் விளையாடுவதுதான்! தென்கச்சி மறைந்து ஆண்டுகள் ஓடிவிட்ட போதும் நவீனால் தாத்தாவை மறக்க முடியவில்லை. இன்னும் கூட தினமும் தாத்தா தென்கச்சி உடுத்தியிருந்த வேட்டியைப் போர்த்தியபடி தூங்கினால்தான் நவீனுக்குத் தூக்கம் வருகிறது.

வானொலி பணியிலிருந்து ஓய்வு பெற்ற பிறகு உற்ற நண்பர்களோடு மகிழ்ச்சியோடு ஊர் சுற்றிப்பார்த்தார். தென்கச்சியின் மனதிற்குப் மிகவும் பிடித்த பொறியாளர் வீரபத்ரனுடன் சிங்கப்பூர், லண்டன், மலேசியா, தாய்லாந்து என்று பல வெளிநாடுகளுக்கு போனார். வடமாநிலங்களில் உள்ள சுற்றுலாத்தலங்களான குளுமணாலி, டார்ஜிலிங், டேராடூன் போன்ற இடங்களைப் போய் பார்த்தார். எங்கே போனாலும் இயற்கையையும் அந்தந்த ஊர் மக்களின் வாழ்க்கை முறைகளையும் ஆழ்ந்து கவனிப்பார். எந்தப் பந்தாவும் இல்லாமல் எல்லோருடன் இயல்பாக பேசிப் பழகிடுவார்.

வாழ்நாள் முழுவதும் பல இதயங்களை, மகிழ்ச்சிக் கடலில் ஆழ்த்திய தென்கச்சிக்கு தனது இருதயத்தோடு மட்டும் என்னவோ மிகப்பெரிய சண்டை! எதையும் வெளியே சொல்லாமல் சிரித்தபடியே வாழ்ந்த மனிதர் 'திடும்' என

▸ ஒரு மகிழ்ச்சிப் பயணத்தில் நெஞ்சுக்கு நெருங்கிய நண்பர்கள் பொறியாளர் வீரபத்ரன் மற்றும் தொழிலதிபர் ஞானசுந்தரம் உடன்...

நெஞ்சுவலி வந்து மருத்துவமனையில் அனுமதிக்கப்பட்டார். அதற்கு சில நாட்கள் முன்பு வரை வெளியூர் பயணங்கள் போய் வந்தார்.

‘ஆனந்தம்’ செல்வகுமார்

வீரபத்ரன், திருநாவுக்கரசு போன்ற வர்களோடு சேர்ந்து திருவண்ணாம லையில் பேசுவதற்குப் போயிருந்தார். கூட்டம் முடிந்ததும் ஆட்டோகிராஃப் வாங்குவதற்கு ஒரே அடிதடி.. தென்கச் சிக்கோ அவசரமாக கூட்டத்தை முடித்து விட்டு கஞ்சனூர் செல்லவேண்டும். அங்கே அவரது தம்பி மகளுக்கு அடுத்த நாள் திருமணம். ஆனாலும் 200க்கும் மேற்பட்டோருக்கு முகம் சுளிக்காமல் வாழ்த்தி, கையெழுத்து போட்டுவிட்டுதான் அங்கிருந்து புறப்பட்டார். ரசிகர்கள் மட்டு மல்ல; கூட்டம் ஏற்பாடு செய்தவர்களும் உச்சி குளிர்ந்து போயினர்.

மறுநாள் தம்பி மகள் திருமணத்தை முடித்துவிட்டு, கும்ப கோணம் எம்.எல்.ஏ. அன்பு, தில்லையம்பூர் நடராஜன் உள்ளிட்ட நண்பர்களோடு வெகுநேரம் பேசிக்கொண்டிருந்த தென்கச்சி, குடும்பத்தோடு சென்னைக்கு ரயிலேறினார். அதுதான் அவரது கடைசி ரயில் பயணம் என்பது யாருக்கும் தெரியவில்லை.

‘‘எல்லோருக்கும் சொர்க்கத்திற்குச் செல்ல ஆசைதான். ஆனால் மரணத்தை கண்டு மட்டும் பயப்படுகிறார்கள்’’ என்று சொல்வார்கள். தென்கச்சி சுவாமிநாதனோ, மரணத்தைக் கூட நகைச்சுவையாக எடுத்துக்கொண்டவர். மரணத்திற்கு முன்னால் அவர் அடித்த கடைசி ‘ஜோக்’ இது. தென்கச்சி அனுமதிக் கப்பட்டிருந்த மருத்துவமனைக்கு வருகிறார், ‘ஆனந்தம்’ இளைஞர் நல அமைப்பின் நிறுவனர் செல்வக்குமார். ஆறுதலாக இருக்கட்டுமே என்று நினைத்து தென்கச்சியிடம் ஒரு தகவலைச் சொல்கிறார்...

“ நேற்றைக்கு சன் டிவியில ஒரு நிகழ்ச்சி பார்த்தேன். அதுல உங்கள மாதிரியே ‘அச்சு அசலா’ ஒருத்தரு பேசி, நடிச்சுக் காட்டினாரு” என்கிறார் செல்வக்குமார்.

பதிலுக்கு தென்கச்சி சொன்னார்...

“அப்படியா?அவர் என்னைப் போல நடிப்பது இருக்கட்டும். எனக்குப் பதிலா இந்த மருத்துவமனையில் வந்து படுத்துக் கொள் வாரா?”

எதையுமே இலகுவாக எடுத்துக்கொண்ட தென்கச்சியின் இறுதி நாட்களில் அவருடனே இருந்த ‘ஆனந்தம்’ செல்வக்குமார், சிலிர்த்து போய் சில செய்திகளைப் பகிர்ந்துகொண்டார்.....

கவிஞர் 'சொல்கேளான்' ஏ.வி. கிரியின் நூல் வெளியீட்டு விழாவில் 'பொற்றாமரை' அமைப்பின் தலைவர் இல.கணேசன், 'இலக்கிய வீதி' இனியவன் மற்றும் கிரியுடன் தென்கச்சி

''எனக்கு தென்கச்சியார் குடும்பத்தோட நீண்டகால பழக்கம்ங்கிறதாலே எது ஒண்ணுன்னாலும் எனக்கு போன் வந்துடும். தென்கச்சியார் என்னையும் ஒரு மகன் மாதிரிதான் வைச்சிருந்தார்.

காலையில 7 மணிக்கு போன் வருது. போரூர் ராமச்சந்திராவுல அட்மிட் பண்றோம். பத்தரை மணியில இருந்து 3 மணி வரைக்கும் டாக்டர்கள் டெஸ்ட் எடுத்துட்டு 'ஆஞ்சியோ' செய்யணும்ங்கிறாங்க. அதுக்கு முன்னாடியே அய்யாவுக்கு, வாய் வழியா ரத்தம் வருது. கிட்டதட்ட ஒன்றரை லிட்டர் இருக்கும். தொடர்ந்து சிகிச்சை தரமுடியாத அளவுக்கு பெரிய அளவுல 'அட்டாக்' வருது. மாலையில நாலரை மணிக்கு மயங்கின நிலைமைக்குப் போயிட்டாங்க. மறுநாள் கிட்னி பெயிலியர், லிவர் பெயிலியர்னு தொடருது... டாக்டர்கள் எந்த முயற்சி செஞ்சும் பலன் இல்லை. முன்னாடியே சொல்லிட்டாங்க.. இது ரிஸ்க்குதான்னு!

20 நாளைக்கு முன்பே ஆபரேசன் செய்யுங்கன்னு டாக்டர் சொல்லியிருக்கிறார். ஆனா தென்கச்சியார் அத பெரிசா எடுத்துக்கிடல. ஆபரேசன் இல்லாம சரியாயிடும்னு நம்பியிருக்காங்க. எப்படியும் பிழைச்சுக்குவாங்கனுதான் நாங்க நம்புனோம்! 'ப்ச்சு...' நம்பிக்கை வீணாயிடுச்சு. 2009 செப்டம்பர் 16ம் தேதி பகல் 11.45 மணிக்கு தென்கச்சியார் மறைந்துவிட்டார்! அந்த நேரத்தில் அவங்க மனைவி மகாலட்சுமி அம்மா அழுததைப்

பார்த்து என்னால தாங்க முடியல. அதவிட பெரிய விஷயம், அந்த மருத்துவமனையில இருக்கிற வார்டுபாய் கூட கதறி அழுதார். அவர் கூட தென்கச்சியின் ரசிகராம்...'' என்கிற செல்வக்குமார் கலங்கிய கண்களைத் துடைத்தபடி தொடர்ந்தார்.

''சிரிக்கவும், சிந்திக்கவும் வைக்கிற பலபேரை நாம பார்த்திருப்போம். கேள்விப்பட்டிருப்போம். சிரிப்பைப் பத்தி சிந்திச்சவர் அவர் ஒருத்தர்தான். அவர் சொல்வார். சிரிப்புங்கறது ஒரு மனுசனுக்கு மகிழ்ச்சி ஏற்படுத்தக்கூடிய சாவி. அவ்வளவுதான். ஒரே ஜோக் எல்லோரையும் சிரிக்க வைச்சுடாது. உதாரணமா சொன்னால் ஒருத்தர நாம கிச்சு,கிச்சு மூட்டுனா சிரிப்பார். அதே இடத்துல அவருக்கு அவரே கிச்சுகிச்சு மூட்டினா சிரிப்பு வராது. ஏன் அப்படின்னா, சிரிப்பை வரவழைக்கிறது குறிப்பிட்ட அந்த இடம் இல்லை. வேற ஒண்ணு! கிலுகிலுப்பையை ஒரு குழந்தை முன்னாடி காட்டினா அது சிரிக்கும். அதே கிலுகிலுப்பையை 50 வயசு பெரியவர்கிட்ட காட்டினா சிரிப்பு வருமா?

நம்ம நாட்டுல சிரிக்கிறதுக்கு கூட நிறைய 'ரூல்ஸ்' இருக்கு. அப்பா முன்னால மகன் சிரிக்கக்கூடாது. முதலாளி முன்னால தொழிலாளி சிரிக்கக்கூடாது. சீனியர் அதிகாரி முன்னால ஜூனியர் ஊழியர் சிரிக்கக்கூடாது. கணவன் முன்னால மனைவி சிரிக்கக்கூடாது... இதெல்லாம் ஏன்?'' என்று கேட்டு சிரிப்பு பத்தி சிந்திக்க வைச்ச மனுசன் அவர்.

'மஞ்சரி' பத்திரிகை கேள்வி - பதில் பகுதியில் ஒரு வாசகர் கேட்டிருந்தார்.

'ஏன் சார்? நாட்டில் அநியாயங்கள் பெருகிவிட்டதே? இது தான் கலியுகமா? என்ன காரணம்?'

தென்கச்சியாரின் பதில் இது:

'மக்கள்தொகை அதிகமான அளவிற்கு, மனிதர்கள் பெருகவில்லை!'

என்னுடைய வாழ்வில் இப்படியொரு மனிதரை நான் சந்தித்ததில்லை. மனிதர் என்பதை விட அவரை ஒரு மகான் என்று சொல்வது பொருந்தும். அவரை நான் மனுசனா பார்க்கல, தெய்வமா பார்க்கிறேன்'' என்கிறார் 'ஆனந்தம்' செல்வக்குமார்.

தென்கச்சி திடீரென மறைந்த பிறகு அவரது குடும்பத்தார் நிலைகுலைந்து போயினர். மருத்துவமனையிலிருந்தபடியே அவரது உடலை, கடைசி காலத்தில் அவர் வாழ விரும்பிய கஞ்சனூருக்கு எடுத்துச் சென்று எரியூட்டினர். சென்னையில் நகைச்சுவையாளர் மன்றம் உள்ளிட்ட அமைப்புகள் தென்கச்சிக்கு நினைவஞ்சலி நிகழ்ச்சிகளை நடத்தின. தென்கச்சிக்கு முன்பு ' இலக்கிய ஞானி' என்ற விருது கொடுத்திருந்த இலக்கியவீதி அமைப்பு பெரியளவில் நினைவேந்தல் நிகழ்ச்சியை நடத்தியது.

மூச்சுள்ள வரை பேச்சாலும், எழுத்தாலும் மானுடம் உயரச் சிந்தித்த 'தென்கச்சி' ஓர் அரிய மனிதர் என்பதால் அவருடைய நினைவேந்தல் நிகழ்ச்சிக்கு அரங்கு கொள்ளாத கூட்டம் அலை மோதியது. முன்னாள் அமைச்சர் இராம.வீரப்பன் தலைமையில், அன்றைய மத்திய செய்தி ஒளிபரப்புத்துறை அமைச்சர் ஜெகத்ரட்சகன் தென்கச்சியின் உருவப்படத்தைத் திறந்து வைத்து புகழஞ்சலி செய்தார்.

சென்னை வானொலி மற்றும் தொலைக்காட்சி நிலைய முன்னாள் இயக்குநர்கள் கோ.செல்வம், ஏ.நடராசன், திரைப்பட அதிபர் ஏவி.எம்.சரவணன், கிருஷ்ணா ஸ்வீட்ஸ் முரளி, 'அமுதசுரபி' ஆசிரியர் முனைவர் திருப்பூர் கிருஷ்ணன், சிங்கப்பூர் ஒலிபரப்புக் கழகத்தைச் சார்ந்த ஜே.எம்.சாலி, எழுத்தாளர் என்.சி.மோகன்தாஸ், ஓவியக் கலைஞர் அமுதோன், பட்டிமன்றப் பேச்சாளர் மணிகண்டன், கவிஞர் ஏ.வி.கிரி, எழுத்தாளர் சிவசங்கரி, வழக்கறிஞர் அருள்மொழி, கலைமாமணி நர்த்தகி நடராஜ், வில்லிசை வேந்தர் சுப்பு ஆறுமுகம், செந்தமிழறிஞர் சிலம்பொலி செல்லப்பன் , 'நவீன வேளாண்மை' வீ.அரிதாசன், 'இலக்கு' ப.யாழினி எனப் பல முக்கியமான ஆளுமைகள் தென்கச்சியின் நினைவுகளை நெகிழ்ச்சியோடு பகிர்ந்துகொண்டனர்.

இவற்றில் வேடிக்கை என்ன தெரியுமா? நினைவஞ்சலி கூட்டத்திற்கு சோகத்தோடு வந்தவர்கள் அங்கே பகிர்ந்துகொள்ளப்பட்ட தென்கச்சியின் நகைச்சுவை துணுக்குகளைக் கேட்டு,

▸ காரைக்காலில் தென்கச்சியின் நெருங்கிய நண்பர் திருநாவுக்கரசு உள்ளிட்டோர் நடத்திய நினைவேந்தல் நிகழ்ச்சி

மிச்ச பொக்கிஷம்

தென்கச்சியின் நினைவாக அவர் பயன்படுத்திய சோப்பு, ஷாம்பு கவர், துண்டு, பிரஷ், சோப்பு டப்பா, பவுடர் டின், கர்சிப், முகம் பார்க்கும் கண்ணாடி, துணிப்பை, மூக்கு கண்ணாடி, பெல்ட், சீப்பு போன்றவற்றைப் பொக்கிஷமாக பாதுகாத்து வைத்திருக்கிறார் அவரது மகள் செந்தமிழ்ச்செல்வி.

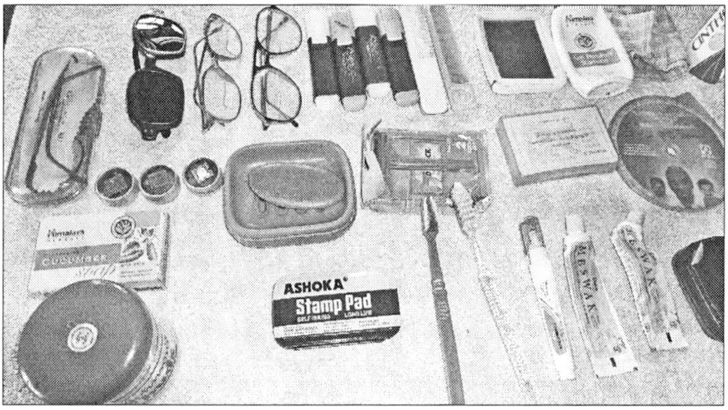

தாள முடியாமல் சிரித்தனர். உலகிலேயே நினைவஞ்சலி கூட்டம் கூட சிரிப்பலையில் மூழ்கியது தென்கச்சி சுவாமிநாதனுக்கு மட்டுமே!

இதுமட்டுமல்ல; தென்கச்சி மறைந்து ஆண்டுகள் ஓடினாலும் ஏதோ ஒரு வகையில் தினமும் அவரை நினைத்துக்கொண்டிருக்கும் மனிதர்கள் இன்னும் நம்மிடையே இருக்கிறார்கள். அத்தகைய பாசப் பிணைப்போடு மனிதர்களை மகிழ்வித்திருக்கிறார். அன்பால் கட்டிப்போட்டிருக்கிறார். அப்படியொருவரான கவிஞர் சொல்கேளான் கிரியின் வார்த்தைகள் இதயத்தில் இருந்து வருகின்றன.

" தென்கச்சி அய்யாவுக்கும் எனக்கும் ஓர் எழுதப்படாத ஒப்பந்தம் உண்டு.அது என்னவென்றால் ஒவ்வொரு ஞாயிற்றுக்கிழமை அன்றும் சரியாக பகல் பன்னிரண்டு மணிக்கு ஒன்று நான் அவருக்கு போன் செய்து பேச வேண்டும். அல்லது அவர் எனக்கு பேச வேண்டும். ஞாயிற்றுக்கிழமைகளில் நான் சிரித்துக் கொண்டிருப்பதைப் பார்த்து "என்ன தென்கச்சி அய்யாவிடம் பேசிவிட்டு வருகிறீர்களா?" என்று என் மனைவி கூட கேட்பார். அந்தளவுக்கு அவருடன் பேசிக் கொண்டிருந்தால் சிரித்து சிரித்து வயிறு புண்ணாகிவிடும்.

அவர் இறப்பதற்கு மூன்று தினங்கள் முன்புதான் அதுவும் ஒரு ஞாயிற்றுக்கிழமை. பகல் சுமார் அரை மணி நேரம் சிரிக்க சிரிக்க பேசிக்கொண்டிருந்தார். அப்போது கூட ஒரு வார்த்தை தன் உடல்நலத்தைப் பற்றி சொல்லவில்லை. மரணத்திற்கு மனிதர்களின் வாழ்வியல் இயக்கத்தை வேண்டுமானால் நிறுத்தி விட முடியும். அவர்கள் இந்த சமூகத்திற்குச் செய்த தொண்டையும் சேவையையும் லட்சியத்தையும் எந்த காலத்தாலும் வெல்ல முடியாது. இப்போதும் ஒவ்வொரு வாரமும் ஞாயிற்றுக்கிழமை வருகிறது. பன்னிரண்டு மணியும் வருகிறது. என் கைபேசி மட்டும் மௌனமாக இருக்கிறது. கனத்த என் மனதைப் போல. இயல்பு வாழ்க்கைக்குத் திரும்ப சிறிது நேரம் பிடிக்கிறது. யாரோ எங்கோ சிரிக்கிறார்கள். நானும் சிரிக்கிறேன். நீங்களும் சிரிக்கிறீர்கள். அங்கே தென்கச்சி வாழ்ந்துகொண்டிருக்கிறார்" என்கிறார் சொல்கேளான் கிரி. எத்தனை சத்தியமான வார்த்தைகள்.

தென்கச்சி இப்போது நம்மிடம் இல்லைதான். ஆனால் அவர் விட்டுச்சென்ற தகவல்களும் கதைகளும் காலத்தால் அழியாதவை. சாகாத வரம் பெற்றவை. அவை மட்டுமல்ல! அவரது வாழ்க்கையே நாம் பின்பற்றவேண்டிய பெருங்கதைதான்!

தென்கச்சியின் அற்புத மொழி!

- மனநிம்மதி வேண்டுமா, மனிதர்களை அவர்களது குறைகளோடு அப்படியே ஏற்றுக்கொள்ளுங்கள்!

- மகிழ்ச்சியாக வாழ பணம் தேடுப்பவர்கள் , அதைத்தேடும் முயற்சியிலேயே மகிழ்ச்சியைத் தொலைத்துவிடுகிறார்கள்.

திருந்திய முதல் ஆசாமி

தென்கச்சியின் ஒரு மேடைப்பேச்சிலிருந்து....

'இவ்வளவு நாளா ரேடியோவுலே 'இன்று ஒரு தகவல்' சொல்லிக்கிட்டிருக்கியே.. இதைக் கேட்டுட்டு யாராவது திருந்தியிருக்காங்களா.. அப்படி திருந்தின யாராவது ஒருத்ததரையாவது உன்னால அடையாளம் காட்ட முடியுமா?' என்னைப்பார்த்து திடீர் என்று இப்படி ஒரு கேள்வியைக் கேட்டார் என் நண்பர்.

நான் கொஞ்சம் யோசித்துவிட்டுச் சொன்னேன். 'எனக்குத் தெரிந்து ஒரே ஓர் ஆசாமி இருக்கிறார் !' என்றேன். நண்பர் ஆவலாக, 'யார் அது ?' என்றார்.

'ஹி!.. ஹி!.. நான்தான் அது !' என்றேன் அசடு வழிய! இப்படி நான் சொன்னதில் உண்மை இருக்கு. நல்ல விஷயங்களையே சொல்லிக்கொண்டிருக்கும் ஒருவன்நல்லவனாக மாறுவதற்கு வாய்ப்பு இருக்கிறது என்பதை அனுபவப்பூர்வமாக நான் உணர்ந் திருக்கிறேன். ஒரு உதாரணத்திற்கு, 'பொய் சொல்லக்கூடாது' என்று ஒரு தகவல் சொல்கிறேன் என்று வைத்துக்கொள்ளுங்கள். அதைக் கேட்ட பிறகு என்னைப் பார்க்க வருகிறவர்கள் 'இவரும் பொய் சொல்லமாட்டார்' என்று நம்புகிறார்கள்.

அந்த நம்பிக்கையைக் காப்பாற்றுவதற்காகவே நான் அதற்கு பிறகு பொய் சொல்லுவதைக் குறைத்துக்கொள்ள வேண்டி யிருக்கிறது. அந்த வகையில் என் தகவலால் திருந்திய முதல் ஆசாமி நான்தான்' என்று நண்பருக்கு விளக்கம் கொடுத்தேன். ' நீ எப்படி நினைக்கிறாயோ அப்படியே ஆகிறாய்' என்று பெரியவர்கள் சொல்கிறார்கள். அதுபோலவே, நாம் எப்படி பேசுகிறோமோ, எப்படி தோன்றுகிறோமோ அப்படியே ஆகிறோம் என்பதே உண்மை.

நான் எதைச் சொன்னாலும் நகைச்சுவையாகப் பார்ப்பது என் நண்பர்களோட வழக்கமா மாறிடுச்சு. இதனாலேயே நகைச் சுவையா சொல்லணும்னு ஒரு எண்ணம் எனக்குள் ஓட ஆரம்பிச்சுது.

இப்படித்தான் ஒருநாள். 'உனக்கு ஒரு விஷயம் தெரியுமா?' என்று கேட்டுக் கொண்டே வந்த என் நண்பர் 'வானொலி அண்ணா' கூத்தபிரான், 'நம்ம சக்தி சீனிவாசனுக்கு, 'சேவாரத்னம்' அப்படிங்கற கௌரவப்பட்டத்தை காஞ்சி மடத்தில் வழங் கப்போறாங்க. நாம ரெண்டுபேரும் அந்த விழாவுக்கு போகணும்' என்றார். கூத்தபிரான், சிட்டுக்குருவி, பாலகிருஷ்ணன், நான் ஆகிய நண்பர்கள் புடைசூழ, சக்தி சீனிவாசன் சங்கர மடத்தில் பிரசன்னமானார். நான் இதுமாதிரி புனிதமான இடங்களுக்கெல் லாம் போவதில்லை. நண்பர்களும் என்னை இதுபோன்ற இடங் களுக்கெல்லாம் அழைத்துச் செல்லத் தயங்குவார்கள். காரணம், 'சீரியஸ்' ஆக இருக்க வேண்டிய நேரத்தில் எனக்கு 'சீரியஸ்' ஆக இருக்கத் தெரியாது. சிரிப்பாக எதையாவது சொல்லிவிடுவேன். அது அவர்களுக்குத் தர்ம சங்கடமாகிவிடும். எனவே 'நான் வருகிறேன்!' என்று கிளம்பினாலும் 'நீ வேண்டாம்' என்று சொல்வார்கள்.

எப்படியோ எனக்கு இம்முறை அவர்களுடன் செல்லக் கூடிய வாய்ப்பு. அவர்களுடன் சென்று ஓரிடத்தில் அமர்ந்தேன். பூஜை நடந்துகொண்டிருந்தது. எங்களைத் தவிர இன்னும் 50 பேர் உட்கார்ந்திருந்தார்கள். எங்கும் நிசப்தம். ஒரு குண்டூசி விழுந்தால் கூட கேட்கும் என்கிற அளவுக்கு அமைதி. அந்த அமைதியான சூழலில் நான் ஏதாவது அசட்டுத்தனமாக 'ஜோக்' அடித்து அசிங் கப்படுத்திவிடுவேனோ என்கிற பயம் என் நண்பர்களின் முகத்தில்.

இந்த சமயத்தில் யாரோ இரண்டு பேர் அந்தப் பக்கமாக நடந்து வந்துகொண்டிருந்தார்கள். நடுத்தர வயது வெளிநாட்டுப் பயணிகள். பரட்டைத் தலை, அழுக்கேறிய அரைகுறை ஆடை, சித்த சுவாதீனம் இல்லாதவர்கள் போல ஏதோ உளறிக்கொண்டிருந்தனர். உட்கார்ந் திருந்தவர்கள் எல்லோரும் வேண்டா வெறுப்புடன் அவர்களைப் பார்த்தார்கள். ஆனாலும் அமைதியாக இருந்தார்கள். எனக்குப் பக்கத்தில் இருந்த சக்தி சீனிவாசன் சகித்துக்கொள்ள முடியாமல் முணுமுணுக்கத் தொடங்கினார்.

'இப்படிப்பட்ட புனிதமான இடத்துலே குளிக்காம கொள்ளாமே அழுக்கு சட்டையோட யார் இந்த பைத்தியக்காரர்கள்?' என்று கேட்டு என் பக்கம் திரும்பினார். நான் மெல்ல வாய்திறந்தேன். 'அவங்க ரெண்டு பேரும் போன வருஷம் சேவாரத்னம் பட்டம் வாங்கினவங்க போல' அதுவரை அமைதியாக இருந்த கூட்டம் 'கொல்' லென்று சிரித்தது. சக்தியும் கூத்தபிரானும் கடுமையாக என்னைப் பார்த்து முறைத்தார்கள். அவர்களின் பார்வை சொன் னது. 'ஏதோ தெரியாத்தனமா இந்த தடவை உன்னை இங்கே அழைச்சுட்டு வந்துட்டோம். இனிமே இது மாதிரி தப்பை செய்ய மாட்டோம் !'

படுத்து தூங்கும் சுவாமிநாதன்!

தென்கச்சி சுவாமிநாதன் சிரித்து யாரும் பார்த்ததில்லை என் பார்கள். ஆனால், அவர் ஒருமுறை வயிறு குலுங்க சிரித்தி ருக்கிறார்' அந்த நாளை அவரே சொல்கிறார்.

தென்கச்சியிடம் பத்திரிகையாளர் அண்ணா கண்ணன் கேட்ட கேள்விகளும் அதற்கு அவரது பதில்களும்!

'இன்று ஒரு தகவல்' இந்த சிந்தனை உங்களுக்கு எப்படி வந்தது?

இந்த சிந்தனை எனக்கு வரவில்லை. சென்னை வானொலி நிலைய முன்னாள் இயக்குநர் கோ.செல்வம் அவர்களுக்கு வந்தது.

உங்களால் மறக்க முடியாத 'இன்று' எது?

இன்று ஒரு தகவலை, இன்றோடு முடித்துக்கொள்ளுங்கள் என்று என்னுடைய அதிகாரிகள் என்றைக்குச் சொல்கிறார்களோ அன்று தான் எனக்கு மறக்க முடியாத இன்று.

கதை சொல்லாமல் நீங்கள் தகவல் சொல்வதில்லையே. கதை எழுதிய அனுபவம் உண்டா?

என் இளமைக் காலத்தில் எழுதியதுண்டு. என்னைவிட பல பேர் சிறப்பாக எழுதுவதைப் பார்த்ததும், நான் எழுதுவதை விட்டு விட்டேன்.

கொஞ்சம் இழுத்துப் பேசுகிற இந்த கிராமத்து பாணி உங்களுக்கு எப்படி வந்தது?

இழுத்துப் பேசுவதாக உங்களுக்குத் தோன்றுகிறது. ஆனால், உண்மையில் என்ன நடக்கிறது தெரியுமா? எனக்கு மூச்சு வாங்குகிறது.

உங்கள் கிராமிய வாழ்க்கைக்கும் பட்டணத்து வாழ்க்கைக்கும் என்ன வித்தியாசம்?

கிராமிய வாழ்க்கையில் பட்டணங்களைக் கனவு கண்டு கொண்டிருந்தேன். பட்டணத்து வாழ்க்கையில் கிராமங்களைக் கனவு கண்டு கொண்டிருக்கிறேன்.

உங்கள் கிராமத்தில், உங்களை மிகவும் கவர்ந்த மனிதர் யார் ?

அப்படியொருவர் இப்போதும் இருக்கிறார். அவரைத் தினமும் சந்தித்துக்கொண்டிருக்கிறேன். நிலைக்கண்ணாடியில்.

உங்களுக்கு மிகவும் பிடித்த நகைச்சுவை நடிகர் யார்? எந்தக் காட்சியில் வயிறு குலுங்க சிரித்தீர்கள்?

நாகேஷ். 'மெட்ராஸ் டூ பாண்டிச்சேரி' படம் பார்த்தபோது அப்படி சிரித்த அனுபவம் உண்டு.

நீங்கள் வீட்டில் இருக்கும்போது ஏதாவது 'ஜோக்' அடிப்பது உண்டா ?

'ஜோக்' அடிக்க வேண்டும் என்பதற்காக வீட்டை விட்டு வெளியே வருவதுண்டு.

உங்களுக்கு பிடித்தது எது? பிடிக்காதது எது?

எனக்கு கேட்பது பிடிக்கும். பேசுவது பிடிக்காது.

உங்களுக்கு பிடித்த சுவாமிநாதன் யார் ? பேச்சாளரா? எழுத் தாளரா? நிலைய உதவி இயக்குநரா? குடும்பத் தலைவரா? நடிகரா?

படுத்து தூங்குகிற சுவாமிநாதனைத்தான் எனக்கு ரொம்பப் பிடிக்கும். ஏனென்றால் அவரால்தான் யாருக்கும் எந்தவித இடைஞ்சலும் இல்லை.

குழந்தைகளுக்கு வாய்வழி கதை சொல்லும் மரபை நாம் தொலைத்துவிட்டதால், இன்றைய தலைமுறை எதையேனும் இழந்துவிட்டதாக நினைக்கிறீர்களா?

அப்படி நினைக்கத் தேவையில்லை. ஊடகங்கள் இல்லாத காலத்தில் வாயின் தேவை அதிகமாக இருந்தது. இப்போது தாத்தா, பாட்டிகளுக்கு பதிலாக ஊடகங்கள் கதை சொல்லு கின்றன. அவற்றை நன்றாகப் பயன்படுத்திக் கொள்ளலாம். காலம் தோறும் சிலவற்றை இழப்போம், சிலவற்றைப் பெறுவோம். இது உலக மரபு. இதில் வருந்துவதற்கு ஏதும் இல்லை.

வாழ்க்கைக் குறிப்பு

தென்கச்சி கோ. சுவாமிநாதன்

பிறந்த நாள்: 27.6.1942

தந்தை: தி.கோவிந்தசாமி

தாய்: கோ.கோவிந்தம்மாள்

பிறந்த ஊர்: தென்கச்சி பெருமாள் நத்தம் (அரியலூர் மாவட்டம்)

குடும்பத்தொழில்: விவசாயம்

கல்வி:

1947 ஆகஸ்டு 15ம் தேதி சுதந்திர தினத்தன்று தென்கச்சி ஊராட்சி மன்றத் தொடக்கப்பள்ளியில் சேர்ந்தார். 5 ம் வகுப்பு வரை அங்கு படித்த பின்பு, 6,7 ம் வகுப்புகள் கே.ஜி.எஸ். உயர்நிலைப்பள்ளி, ஆடுதுறை. 8 ம் வகுப்பு முதல் – பாணாதுறை உயர்நிலைப்பள்ளி, கும்பகோணம். புகுமுக வகுப்பு (பி.யூ.சி) கும்பகோணம் அரசு கலைக் கல்லூரி பி.எஸ்ஸி., (வேளாண்மை) – கோவை வேளாண்மைப் பல்கலைக்கழகம்.

திருமண நாள்: 19.6.1970

மனைவி: சு.மகாலட்சுமி

மகள்: த.செந்தமிழ்ச்செல்வி

மருமகன்: கோ. தமிழரசன்

பேரன்: த.நவீன்

வானொலி பணியில் சேர்ந்த நாள்: 12.8.1977 (திருநெல்வேலி வானொலி நிலையம்)

நிலைய உதவி இயக்குநரானது: 22.3.1999

பணி ஓய்வு பெற்றது: 30. 6.2002

மறைந்த நாள்: 16.9.2009

தென்கச்சி பெற்ற விருதுகள்

- தருமபுரம் ஆதீனம் விருது "செந்தமிழ்ச் சிந்தனையாளர்" 14.9.2002
- தமிழய்யா கல்விக்கழகம் திருவையாறு "ஔவையார் விருது" 23.2.2003
- குத்தாலம் ஆதிசங்கரர் பேரவை "முத்தமிழ் வேந்தர்" 1.5.2004
- தமிழ்நாடு அரசு "கலைமாமணி விருது" இயற்றமிழ் கலைஞர் (2004)ம் ஆண்டுக்கான விருது 25.2. 2006.
- ஈரோடு நகைச்சுவை மன்றம் "மனிதநேய மாமணி" 18.12.2006
- சேலம் தமிழ்ச்சங்கம் "தமிழ் வாகைச்செம்மல்" 2007ம் ஆண்டுக்கான விருது 4.3.2007
- தேவன் நினைவுப் பதக்கம் 5.5.2007
- "அன்னை சோனியா விருது – 19.6.2007
- "அப்புசாமி சீதாபாட்டி நகைச்சுவை அறக்கட்டளை விருது" 31.5.2008
- ஏ.எல்.எஸ் விருது – 2006
- அறிவியல் மனிதநேய ஆய்வு மையம் – "அன்னை சரோஜினி மனிதநேய விருது 2005
- காஞ்சி மடத்தின் "நடமாடும் தகவல் களஞ்சியம் விருது" 20.9.2008
- கோவை பாரதியார் பல்கலைக்கழகம்–"மகாகவி பாரதி ஐந்தமிழ் விருது" –11.12.2008
- ராஜா சர்.முத்தையா செட்டியார் விருது 3. 8.2004
- தமிழ்ச்செம்மல் விருது

அஞ்சலி கவிதைகள்

தென்கச்சி மறைந்த போது அவரது ரசிகர்களும் அன்புக்குரியவர்களும் ஏராளமான கவிதைகளை எழுதினர். அவற்றில் கவிஞர் முத்துலிங்கம் எழுதிய மரபுக்கவிதை ஒன்றும், கருணாநிதி கண்ணையன் என்ற ரசிகரின் புதுக்கவிதையும்

மரபுக்கவிதை

தென்கச்சி நீ திரும்பி வரமாட்டாயா?

என்கட்சி உன்கட்சி பேதம் பார்க்காமல்
நன்கட்சி எனும் நகைச்சுவைக் கட்சியிலே
மண்மெச்ச வாழ்ந்த மனிதநேயம் படைத்த
தென்கச்சி நாதாநீ திரும்பிவர மாட்டாயா?

இன்றோர் தகவல் எனநீ வானொலியில்
அன்றைக் குரைத்ததெல்லாம் அழியாமல் காற்றலையில்
இன்றைக்கு வந்தெம் இருசெவியில் விழும்போது
மன்றத்தில் இல்லாமல் மரணத்தில் விழுந்தனையே!

நகைச்சுவை யாய்ப்பேசி நாளும்சிந் திக்கவைத்துப்
பகையே இல்லாமல் பலர்போற்ற வாழ்ந்துன்
தகைமை அறிந்து தம்அருகில் வைத்துக்கொள்ள
வகையோடு கலைவாணர் வரவழைத்துக் கொண்டாரே!

அடக்கம் பணிவு அகம்நிறையக் கொண்டவனே
அடக்கம் ஆயினையே ஐம்பூதம் ஒன்றுக்குள்!
அடக்கம் ஆனாலும் அடங்காத உன்பெருமை
வடக்கின் இமயம்போல் வரலாற்றில் வாழ்ந்திடுமே!

-கவிஞர் முத்துலிங்கம்

புதுக்கவிதை

மந்திரவாதி நீ!

துறக்க ஆசைகளற்ற புத்தன் நீ!
சிரிப்போடு சிந்திக்க வைத்த சித்தன் நீ!
அய்ந்து நிமிட மந்திரம் சொல்லி
அனைவரையும் ஆட்டுவித்த மந்திரவாதி நீ!
கடைசியில் வரும் நகைச்சுவையும் அதற்கு
முன் வரும் அருஞ்சுவையும்
உன்னால் மட்டுமே சாத்தியம்!
அதுதான் எங்களுக்கெல்லாம்
சிரிப்பு வைத்தியம்!
அரிதாரம் முகத்தில் மட்டுமல்ல...
அகத்திலும் பூசாத அவதாரம் நீ!
அளவிலா கதைகள் அனுதினமும் சொல்லி
அதை சாதனையாக்க நினைக்காத சரித்திரம் நீ!
சிறிதளவு ஊடக வெளிச்சம் பட்டாலே
சில்லரையாக்க துடிக்கும் சீமான்கள் மத்தியில்
வந்ததையெல்லாம் வாரிக்கொடுத்து
வாழ்வித்து வாழ்ந்த வள்ளல் நீ !
எளியனாய் பிறந்து, எளியனாய் வாழ்ந்து,
எல்லாம் பெற முடிந்தும் எளியனாய் மறைந்த
உன் வாழ்க்கை ஒரு தவம் - அது
நீ வாங்கி வந்த வரம் !

- கருணாநிதி கண்ணையன்

பின்னிணைப்பு - 5

தென்கச்சியின் சில டைரி குறிப்புகள்...

தான் பார்த்த, கேட்ட, ரசித்த, படித்த விஷயங்களை டைரியில் குறிப்பு எடுத்துக்கொள்வதை வாழ்நாள் முழுக்க வழக்கமாக வைத்திருந்தார் தென்கச்சி. அவரது பேச்சுகளிலும் எழுத்துகளிலும் இவற்றின் சாரம் இழையோடி இருக்கும். அப்படி அவர் எழுதி வைத்திருந்த சில பகுதிகள் அவர் கையெழுத்திலேயே இங்கே...

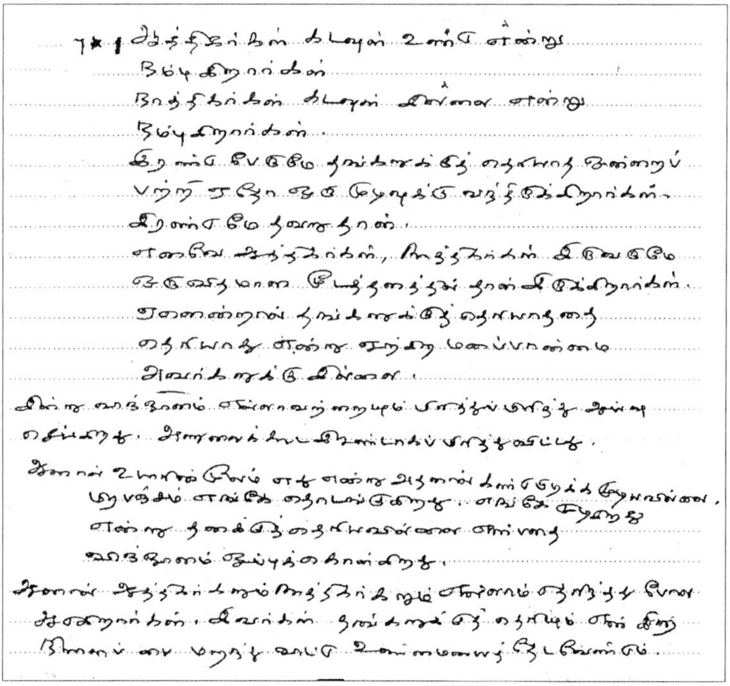
7.1 ஆத்திகர்கள் கடவுள் உண்டு என்று
நம்புகிறார்கள்
நாத்திகர்கள் கடவுள் இல்லை என்று
நம்புகிறார்கள்.
இரண்டு பேருமே தங்களுக்குத் தெரியாத ஒன்றைப்
பற்றி ஏதோ ஒரு முடிவுக்கு வந்திருக்கிறார்கள்.
இரண்டுமே தவறுதான்.
எனவே ஆத்திகர்கள், நாத்திகர்கள் இருவருமே
ஒரு விதமான மடத்தனத்தில்தான் இருக்கிறார்கள்.
ஏனென்றால் தங்களுக்குத் தெரியாததை
தெரியாது என்று சொல்லும் மனப்பான்மை
அவர்களுக்கு இல்லை.
இன்று விஞ்ஞானம் எல்லாவற்றையும் பார்த்துப் பிரித்து ஆய்வு
செய்கிறது. அணுவைக் கூட இரண்டாகப் பிரித்துவிட்டது.
ஆனால் உயிர் என்பது எது என்று அதனால் கண்டுபிடிக்க முடியவில்லை.
பிரபஞ்சம் எங்கே தொடங்குகிறது. எங்கே முடிகிறது
என்று தனக்குத் தெரியவில்லை என்பதை
விஞ்ஞானம் ஒப்புக்கொள்கிறது.
ஆனால் ஆத்திகர்களும் நாத்திகர்களும் எல்லாம் தெரிந்தது போல
பேசுகிறார்கள். இவர்கள் தங்களுக்குத் தெரியும் என்கிற
நினைப்பை மறந்துவிட்டு உண்மையைத் தேடவேண்டும்.

[illegible]

1 அந்தந்த சந்தர்ப்பத்துக்கு ஏற்ற
வேஷத்துடன் நீ அப்பாவாக, அம்மாவாக,
ஒரு தொழிலாளியாக, முதலாளியாக, அதிகாரியாக,
இன்னும் என்னென்னவோவாக வேடத்தை
அணிந்து கொண்டு, அந்த உலகின் கடமைகளைச்
சாதிக்க வேண்டியதாகிறது. அந்த அளவுக்கு
மட்டுமே அதற்கு முக்கியத்துவம் தந்து பழக வேண்டும்.
வேடம் அணிந்திருப்பதைப் பற்றிய கவலையில்லாமல்,
அதையே நமது வேடமாக நினைக்கத் தொடங்கினால்,
ஆபத்தாகிவிடும்.

ஓர் உண்மை நிகழ்ச்சி:
மாமனார் மறைவு - மாமியார் தனிமை.
மருமகள் 5 பேர் - தனித்தனியே.
ஒரு நாள் ஒரு மருமகள் மாமியாரை அழைத்துப்
போகத் துடிக்கும் கடைசி மருமகள்:
"நான் அழைத்துப் போகிறேன்!"
"நீ அவங்களைக் கவனிச்சுக்கோ... அது உனக்குப் புண்ணியம்!"
"நான் அப்படி நினைக்கலே!"
"பின்னே?"
"நான் எத்தனையோ செஞ்ச புண்ணியம் அவங்களை
அழைச்சிட்டுப் போகிற பாக்கியம் கிடைச்சிருக்கு!"

தொல்லையைத் தொந்தரவு செய்யாமல்
நாம் தூங்குவது எப்படி?

'தொல்லையெல்லாம் தூங்கிய பிறகே நாம்
தூங்க வேண்டும்.'
— நாகர் [illegible] (Audit) 13.8.08

"என் கணவருக்கு இருக்கிற அறிவு இருக்கே
அது கடவுள் மாதிரி..."
"அப்படின்னா?"
"சில சமயம் இருக்கிற மாதிரி தெரியும். சில சமயம்
இல்லாத மாதிரி தெரியும்!" — சொந்த சிந்தனை.

—வாழ்க்கையை ஒரு விளையாட்டு என்று
கருதினால் என்றைக்கும் இன்பம்.
வாழ்க்கையை ஒரு விளையாட்டுப் போட்டி என்று
கருதினால் இன்பமும் வரலாம் துன்பமும் வரலாம்.
குழந்தைகள் விளையாட்டை விரும்புகிறார்கள்.
பெரியவர்கள் விளையாட்டுப் போட்டியை விரும்புகிறார்கள்.
குழந்தைகள் பெரியவர்களாகிற போது விளையாட்டு,
போட்டியாக மாறுகிறது. அதனால் தான் அறிஞர்கள்
'சிறுவர்க்கே விளையாட்டு' என்கிறார்.

ஜப்பானிலும் நார்வேயிலும் ஒரு கிடங்கில்
புதைக்கப்பட்ட கல்லறை வாசலில் கிடக்கிறது.
அதில் பொறிக்கப்பட்டுள்ள வாசகங்கள்!
"இந்த ஏழையின் கல்லறையில் எந்த வணக்கமும்
செய்ய வேண்டாம். ஏன்?
வணக்கங்கள் எத்தனை கட்டிடங்கள்
கட்டித்தரும்!"

நகைச்சுவை / வெட்டவெளி:
[illegible] - [illegible]
[illegible]. என்ன விலை?
சதுர அடி 2000 ரூ. மொத்தம் 15 லட்சம்.
கீழே தரைதளமா? - கீழ் பக்கத்தில் குடியிருக்கிறவர்களுக்கு
அது தரை / மேலே தரை தானே? / மேல் பக்கத்தில்
குடியிருக்கிறவர்களுக்கு அது தரை / பக்கத்தில்...
அந்த பக்கம் குடியிருக்கிறவர்களுக்கு அது பக்கச்சுவர்.
அப்புறம் 2000 சதுர அடி என்றாலே அது எங்கே இருக்கு?
—[illegible] 2.7.09.
சென்னை - [illegible]

நம் கருத்து: மனிதன் வெட்டவெளியில் குடியிருக்கிறான்!

---

(3) * 'வழக்கு' ஒரு வக்கீலிடம் கேள்வி கொடுத்தபோ
'இப்ப கேஸ் எப்படி இருக்கு?'
'என்ன என்கிட்டே கேக்கறீங்க?'
'சார்.. வழக்கு நீங்க தானே நடத்துறீங்க...
உங்ககிட்டே கேக்காமே யார்கிட்டே கேக்கறது?'
கேஸ் இல்லாம என்கிட்டே கொடுத்தீங்க?
உங்க தாத்தா எங்க தாத்தாகிட்டே கொடுத்தாரு...
அதனாலே என்னோட பையன் வக்கீல் ஆகும் போது உங்க
பேரனைக் கேட்கச் சொல்லுங்க!'

பின்னிணைப்பு - 6

தென்கச்சியின் கடைசிக் கட்டுரை

ஒரு பேருந்து விபத்து.

நள்ளிரவு நேரம்.

ஆளுக்கு ஒரு பக்கமாகச் சிதறிக் கிடக்கிறார்கள்.

கை ஒரு பக்கம்.

கால் ஒரு பக்கம்.

ஓட்டுநரும் நடத்துநரும் கூட ஆளுக்கு
ஒரு பக்கமாகக் கிடக்கிறார்கள்.

ஒருத்தன் கத்துகிறான்:

"என் கையைக் காணவில்லை!"

இன்னொருத்தன் அலறுகிறான்:

"என் காலைக் காணவில்லை!"

இவர்களுக்கு மத்தியில் 'கண்டக்டர்' கத்துகிறார்:
"ஐயோ... என் காதைக் காணவில்லை... காதைக்
காணவில்லை!"

பயணம் செய்தவர்களில் ஒருவன் மெல்ல
உருண்டு வந்தான்.
அவன் கையில் ஏதோ தட்டுப்பட்டது.
எடுத்துப் பார்த்தான்.
'காது'!

இந்த சமயத்தில் கண்டக்டர் போட்ட சத்தம்
அவன் காதில் விழுந்தது.
மெல்ல அந்தப் பக்கமாக நகர்ந்து போனான்.
கண்டக்டரைப் பார்த்தான்.
"இந்தக் காதா பாருங்க?" என்றான்.
"இல்லை.. இது என் காது இல்லை!"
"எப்படி சொல்றீங்க?"
"என் காதில் பென்சில் சொருகி வைத்திருந்
தேன்... அதுதான் என் காது!"

இது ஒரு கற்பனைக் கதைதான்
என்றாலும் இன்றைய மனிதர்களை அடையாளம்
காட்டுகிற கதை.

இன்றைய மனிதன் எதையும் விட்டு விலகியும்
வரமாட்டான்.
அதுவாக ஒன்று விலகிப் போனாலும்
விடமாட்டான்.

அமைதியாக வாழ விரும்புகிறவர்கள்
விலகிவிடும் வித்தையைக் கற்றுக்கொள்ள
வேண்டும்.

"நான் அமைதியை விரும்புகிறேன்" என்பதில்
'நான்' என்பது அகந்தையாகும்.
'விரும்புகிறேன்' என்பது ஆசையாகும்.

அகந்தை, ஆசை என்கிற இந்த இரண்டையும்
விலக்கினால் அமைதியைப் பெறலாம்."
இது சாய்பாபாவின் சத்திய வாக்கு.

ஆன்மீக உலகத்தைப் பொறுத்த வரையில் -
இழப்பதற்கு ஏதுமில்லை என்கிற நிலைதான்
உண்மையான சுதந்திரம்!
"The real freedom is when you have
nothing to loose!" என்பது ஓர் அனுபவ மொழி!
நினைவிற் கொள்!

ஒன்றைப் புரிந்து கொள்ளுங்கள்...
விமானத்தில் உட்கார்ந்து கொண்டு ஆகாயத்தில்
பறப்பது, மகிழ்ச்சியான அனுபவம்.
வெறும் தரையில் உட்கார்ந்து கொண்டு
ஆகாயத்தில் பறப்பது அதைவிட மகிழ்ச்சியான
அனுபவம்...!